മാപ്പിളപ്പാട്ടിന്റെ മാധുര്യം

mappilappattinte madhuryam

•

t k hamsa

•

first chintha edition
december 2014

•

second impression
january 2021

•

typesetting
star communications, thiruvananthapuram

•

published
chintha publishers, thiruvananthapuram

•

printed
repro india ltd, mumbai

•

cover
midas

•

price
rupees one hundred and thirty only

വിതരണം

ദേശാഭിമാനി ബുക്ക് ഹൗസ്

H O തിരുവനന്തപുരം-695 035
phone: 0471-2303026, 6063026
www.chinthapublishers.com
chinthapublishers@gmail.com

ബ്രാഞ്ചുകൾ

ഹെഡ്ഡാഫീസ് ബ്രാഞ്ച് കുന്നുകുഴി • സ്റ്റാച്യു തിരുവനന്തപുരം • കെ എസ് ആർ ടി സി ബസ് സ്റ്റേഷൻ ആലപ്പുഴ • കെ എസ് ആർ ടി സി ബസ് സ്റ്റേഷൻ എറണാകുളം • ചിറ്റൂർ റോഡ് എറണാകുളം • മച്ചിങ്ങൽ ലെയ്ൻ തൃശൂർ • ഐ ജി റോഡ് കോഴിക്കോട് • മാവൂർ റോഡ് കോഴിക്കോട് • എൻ ജി ഒ യൂണിയൻ ബിൽഡിങ് കണ്ണൂർ • സെൻട്രൽ ബസ് ടെർമിനൽ കോംപ്ലക്സ് താവക്കര കണ്ണൂർ

CO - 2151 / 3607
ISBN - 978-93-85018-46-6

മാപ്പിളപ്പാട്ടിന്റെ മാധുര്യം

(പഠനം)

ടി കെ ഹംസ

ചിന്ത പബ്ലിഷേഴ്സ്
തിരുവനന്തപുരം-695 035
വില: ₹ 130

ടി കെ ഹംസ

1937 ൽ മലപ്പുറം ജില്ലയിലെ വണ്ടൂർ പഞ്ചായത്തിൽ കൂരാട് എന്ന സ്ഥലത്ത് ജനിച്ചു. വണ്ടൂർ വി എം സി ഗവൺമെന്റ് ഹൈസ്കൂളിൽനിന്ന് എസ് എസ് എൽ സി പാസായി, ഫാറൂഖ് കോളേജിൽ ചേർന്നു. ഡൽഹി സർവ്വകലാശാല യിൽനിന്നു ബി എ ബിരുദവും എറണാകുളം മഹാരാജാസ് ലോ കോളേജിൽനിന്നു ബി എൽ ബിരുദവും നേടി. 1968 ൽ മഞ്ചേരി ബാറിൽ അഭിഭാഷകനായി. 1982 മുതൽ 2001 വരെ എം എൽ എ. 1987 ൽ പൊതുമരാമത്തുമന്ത്രി. 1996 ൽ ഗവൺമെന്റ് ചീഫ് വിപ്പ്. 2004 ൽ മഞ്ചേരി മണ്ഡലത്തിൽ നിന്നു പാർലമെന്റിലേക്ക് തിരഞ്ഞെടുക്കപ്പെട്ടു, അഞ്ച് കൊല്ലം എം പി ആയിരുന്നു. ഞാനെങ്ങനെ കമ്യൂണിസ്റ്റായി (ആത്മകഥ) ചിന്ത പ്രസിദ്ധീകരിച്ചിട്ടുണ്ട്.

2009 ൽ പ്രവാസി ക്ഷേമബോർഡിന്റെ ചെയർമാനായി ഒന്നര കൊല്ലം പ്രവർത്തിച്ചു. 2005 മുതൽ മഹാകവി മോയിൻ കുട്ടി വൈദ്യർ സ്മാരക കമ്മിറ്റിയുടെ ചെയർമാനായി പ്രവർ ത്തിക്കുന്നു. ഈ ഗ്രന്ഥത്തിന് 2006 ലെ എസ് കെ പൊറ്റെ ക്കാട്ട് അവാർഡ് ലഭിച്ചു.

ഭാര്യ : മൈമുന
മക്കൾ : നജീബ്, നദീറ, റഫീഖ്, ഷബീർ, സാറ
വിലാസം : “ആരാമം”
മുള്ളംപാറ
മഞ്ചേരി പി ഒ
മലപ്പുറം ജില്ല
ഫോൺ : 0483-2760260
9495940260

ഉള്ളടക്കം

പ്രസാധകക്കുറിപ്പ് 7

ആമുഖം 9

മാപ്പിളപ്പാട്ടിന്റെ ഹംസധ്വനി 12

ഏഴാച്ചേരി രാമചന്ദ്രൻ

മാപ്പിളസംസ്കാരം 19

മാപ്പിളപ്പാട്ടിന്റെ പ്രത്യേകത 23

മാപ്പിളപ്പാട്ടിന്റെ തുടക്കം 32

വിവിധ തരത്തിലുള്ള പാട്ടുകൾ 37

പടപ്പാട്ട് 63

'ഷാം വിജയം' പടപ്പാട്ട് 81

'കർബല' യുദ്ധം 83

പ്രസാധകക്കുറിപ്പ്

മാപ്പിള സംസ്കാരത്തിന്റെ പ്രതീകമാണ് അറബി മലയാളം എന്ന ഭാഷാശാഖ. അതിന്റെ ഉല്പന്നമാണ് മാപ്പിളപ്പാട്ടുകൾ. മലബാറിലെ സാധാരണക്കാരന്റെ ജീവിതശൈലിയിലും ഭാഷയിലും സംസ്കാരത്തിലും വീക്ഷണത്തിലുമെല്ലാം മാപ്പിളപ്പാട്ടും അതിലൂടെ വികസിച്ച കലാസാംസ്കാരിക സ്വാധീനങ്ങളും ആഴത്തിൽ വേരൂന്നിയിട്ടുണ്ട്.

സരസവും ലളിതവുമായ ശൈലിയിൽ ടി കെ ഹംസ രചിച്ച ഈ പുസ്തകത്തിന് വായനക്കാരിൽനിന്നും ലഭിച്ച ഹൃദ്യമായ സ്വീകരണമാണ് ഒരു ചിന്താപതിപ്പ് ഇറക്കുന്നതിന് ഞങ്ങളെ പ്രേരിപ്പിച്ചത്. 2006 ലെ എസ് കെ പൊറ്റെക്കാട്ട് അവാർഡ് നേടിയ ഈ കൃതി ഞങ്ങൾ സഹർഷം വായനക്കാരുടെ കൈകളിൽ എത്തിക്കുന്നു. സദയം സ്വീകരിച്ചാലും.

ചിന്ത പബ്ലിഷേഴ്സ്

ആമുഖം

മുസ്ലീങ്ങളിലെ ഒരു പ്രത്യേകവിഭാഗമാണ് 'മലയാളത്തിലെ മാപ്പിളമാർ.' അറബികളും മലബാറികളും തമ്മിൽ ഉണ്ടായിരുന്ന ചരിത്രപരവും, മതപരവുമായ ബന്ധത്തിൽനിന്നാണ് 'അറബിമലയാളം' എന്ന ഭാഷാശാഖ ഉടലെടുത്തത്. അത് മാപ്പിള സംസ്കാരത്തിന്റെ പ്രതീകമായിരുന്നു! അതിന്റെ ഉല്പന്നമാണു 'മാപ്പിളപ്പാട്ടുകൾ'. ഇമ്പമാർന്ന ഈണത്തിലുള്ള ഇശലുകൾ.

മാപ്പിളപ്പാട്ടിനെക്കുറിച്ചു സംസാരിക്കുമ്പോൾ അപരിചിതമായ ഒന്നിനെ പഠിച്ചെടുക്കേണ്ട ഒരു വലിയ പ്രയത്നത്തിന്റെ ആവശ്യം എനിക്കില്ല. മലപ്പുറത്തു ജനിച്ചുവളർന്ന ഏതൊരു സാധാരണക്കാരന്റെയും ജീവിതത്തിലെന്നപോലെ എന്റെ ഭാഷയിലും സംസ്കാരത്തിലും ശൈലിയിലും വീക്ഷണത്തിലുമെല്ലാം മാപ്പിളപ്പാട്ടും ആ പാട്ടിന്റെ കൈവഴികളായി വികസിച്ച നന്മനിറഞ്ഞ പല കലാ-സാംസ്കാരിക സ്വാധീനങ്ങളും ആഴത്തിൽ വേരൂന്നിയിട്ടുണ്ട്.

മോയിൻകുട്ടി വൈദ്യർ, പുലിക്കോട്ടിൽ ഹൈദർ തുടങ്ങിയ മാപ്പിള കവികളോളം തന്നെ പ്രാധാന്യമർഹിക്കുന്നവരാണ് അവരുടെയൊക്കെ ഈരടികളുടെ ജീവനും ചടുലതയും തിരിച്ചറിഞ്ഞ മുൻകാല പാട്ടുകാരും. പോക്കാവിൽ അഹമ്മദുകുട്ടിമൊല്ല, പി ടി ബീരാൻകുട്ടി മുസലിയാർ തുടങ്ങിയവർ മുതൽ നാടുകളും തോറും മാപ്പിളപ്പാട്ടുകൾ പാടി നടന്നിട്ടുള്ള ഒരുപാടു പേരുകൾ എനിക്കോർത്തെടുക്കാനാകും. ഈ മുൻഗാമികളിലൂടെ ഏറനാട്ടിലും തിരൂരങ്ങാടിയിലും മാപ്പിളപ്പാട്ടുകൾ ജനങ്ങൾക്കിടയിൽ പ്രാർത്ഥനകളുടെ ശക്തിയുള്ള സ്വാധീനം ചെലുത്തി. അറബി-മലയാളം ലിപിയിൽ അച്ചടിക്കുന്ന പ്രസുകൾ മലപ്പുറത്തിന്റെ വിവിധ ഭാഗങ്ങളിൽ പ്രവർത്തനമാരംഭിച്ചപ്പോൾ ഒരണയ്ക്കും ഒന്നരയണയ്ക്കും നോട്ടീസുകളിലായി മാപ്പിളപ്പാട്ടുകൾ അങ്ങാടികൾ തോറും വില്ക്കപ്പെട്ടു.

പടപ്പാട്ടുകളുടെയും പാടിപ്പറയലുകളുടെയും കൂട്ടായ്മകൾ എന്നിലെ സംഘബോധത്തെ വളർത്തിയ ആദ്യ സാമൂഹ്യ പഠനക്ലാസുകൾ കൂടി യായി മാറി.

പ്രശസ്ത സാഹിത്യ നിരൂപകനും പണ്ഡിതനുമായിരുന്ന മഹാനായ ശൂരനാട് കുഞ്ഞൻപിള്ള 'മാപ്പിളപ്പാട്ടുകൾക്ക് മോയിൻകുട്ടി വൈദ്യരുടെ സംഭാവനകൾ' എന്ന ശീർഷകത്തോടെ എഴുതിയ ലേഖനത്തിൽ മാപ്പി ളപ്പാട്ടുകളെപ്പറ്റി പറഞ്ഞത് ഇപ്രകാരമായിരുന്നു.

> മലയാള സാഹിത്യത്തിൽ വേണ്ട പോലെ എന്നല്ല, ഒട്ടുംതന്നെ അറിയാതെ കിടക്കുന്ന ഒരു മഹാമണ്ഡലമാണ് മാപ്പിളപ്പാട്ടുകൾ എന്ന് ഖേദപൂർവ്വം പറയേണ്ടിയിരിക്കുന്നു. ആ അമൂല്യസമ്പത്തു കളിലേക്ക് ഭാഷാസാഹിത്യ വിദ്യാർത്ഥികളുടെ ശ്രദ്ധയെ ക്ഷണി ക്കാൻ വേണ്ടിയാണ് ഈ ലേഖനം.

മഹാനായ കുഞ്ഞൻപിള്ളയുടെ മേൽ പറഞ്ഞ പ്രസ്താവന വായി ച്ചതിനുശേഷമാണ്, എനിക്കും ചെറുപ്പത്തിൽ മാപ്പിളപ്പാട്ടുകളുമായുണ്ടാ യിരുന്ന ബന്ധം വികസിപ്പിക്കാനുള്ള ആവേശം പകർന്നുകിട്ടിയത്. തുടർന്നുള്ള പഠനം:

"സാരാനർഘ പ്രകാശ പ്രചുരിമതിരളും
ദിവ്യരത്നങ്ങളേറെ
പാരാവാരത്തിനുള്ളിൽ പരമിരുൾനിറയും
കന്ദരത്തിൽ കിടപ്പൂ
ഘോരാരണ്യച്ചുഴൽക്കാറ്റടികളിലിളകും തൂമണം
വ്യർത്ഥമാക്കും പൂക്കളെത്ര..."

എന്ന മഹാകവി വി സി ബാലകൃഷ്ണപണിക്കരുടെ ദീർഘനി ശ്വാസം എന്നെ ആകർഷിച്ചു. പാരാവാരത്തിന്റെ അടിത്തട്ടിൽ കിടക്കുന്ന രത്നങ്ങളും ഘോരവനത്തിൽ തൂമണം പാഴാക്കുന്ന പൂക്കളും വെളി ച്ചത്ത് കൊണ്ടുവരാൻ നടത്തുന്ന ഒരു ചെറിയ പരിശ്രമമാണ് ഈ കൃതി.

1996 ൽ കാസർഗോഡു വച്ചു നടന്ന സംഗീത നാടക അക്കാദമി യുടെ വാർഷിക സമ്മേളനത്തിൽ മാപ്പിള കലകളെക്കുറിച്ച് എനിക്ക് സാഹചര്യവശാൽ സംസാരിക്കേണ്ടി വന്നു. അന്ന് വേദിയിലുണ്ടായിരുന്ന മാപ്പിള കലകളെക്കുറിച്ച് ഉയർന്ന അവഗാഹമുള്ള പി ടി അബ്ദു റഹി മാൻ, റംലാബീഗം, ആയിഷാബീഗം, വി എം കുട്ടി, ബാലകൃഷ്ണൻ വള്ളിക്കുന്ന് തുടങ്ങിയവർ വേദിവിട്ടു പോരുമ്പോൾ എന്നെ അഭിനന്ദി ക്കുകയും പ്രോത്സാഹിപ്പിക്കുകയും ചെയ്തു. തിരക്കുകൾക്കിടയിലും മാപ്പിള കലകളെക്കുറിച്ചു പഠിക്കാൻ സമയം നീക്കിവെക്കണമെന്ന ബോദ്ധ്യം ഇവരുടെയൊക്കെ പ്രോത്സാഹനത്തിൽ നിന്നാണെനിക്കുണ്ടാ യത്. പിന്നീട് സാഹചര്യമുണ്ടാവുമ്പോഴെല്ലാം സാംസ്കാരിക-കലാവേ ദികളിൽ മാപ്പിള കലകളെക്കുറിച്ച് എന്റെ നിരീക്ഷണങ്ങളും പഠനങ്ങളും

അവതരിപ്പിക്കാൻ ഞാൻ ശ്രമിച്ചു.

പല സെമിനാറുകളിലും ചടങ്ങുകളിലുമായി ഞാനവതരിപ്പിച്ചിട്ടുള്ള പഠനങ്ങളും പ്രബന്ധങ്ങളും ഒരു പുസ്തകരൂപത്തിലേക്ക് ക്രോഡീകരിക്കണമെന്ന ആശയം ആദ്യമായി എന്നോട് സ്നേഹത്തോടെ മുൻപോട്ടു വെച്ചത് മലയാളികളുടെ പ്രിയപ്പെട്ട എഴുത്തുകാരനായ ശ്രീ. എം ടി വാസുദേവൻ നായരാണ്. തുഞ്ചൻ പറമ്പിൽ വെച്ചു കണ്ടപ്പോൾ ഇക്കാര്യത്തിൽ ഒരു നിർബ്ബന്ധബുദ്ധി കാണിക്കണമെന്ന് എം ടി എന്നെ ഉപദേശിച്ചു. അദ്ദേഹം നല്കിയ പ്രോത്സാഹനവും ഉത്തേജനവും *മാപ്പിളപ്പാട്ടിന്റെ മാധുര്യം* എന്ന ഈ പുസ്തകത്തിന്റെ പിറവിയിൽ ഒരു പ്രധാന ഘടകമാണ്. കഴിയാവുന്നത്ര വേഗത്തിൽ, തിരക്കുകൾക്കിടയിലും സമയം കണ്ടെത്തിയാണ് ഈ പുസ്തകം ഞാൻ തയ്യാറാക്കിയിട്ടുള്ളത്. പ്രശസ്ത കവിയും ഗാനരചയിതാവുമായ ശ്രീ. ഏഴാച്ചേരി രാമചന്ദ്രനാണ് ഈ പുസ്തകത്തിന് പ്രൗഢമായ അവതാരിക എഴുതിയിരിക്കുന്നത്.

മാപ്പിളപ്പാട്ടുപോലുള്ള സംസ്കാരത്തിന്റെ ജീവസ്സുറ്റതും നന്മനിറഞ്ഞതുമായ പൈതൃകങ്ങളുടെ നിലനില്പ് ഒരുപോലെ രാഷ്ട്രീയവും സാംസ്കാരികവുമായ ആവശ്യമാണെന്നു തിരിച്ചറിയുമ്പോൾ ഈ പുസ്തകത്തിന് പ്രസക്തി വർദ്ധിക്കുന്നുണ്ടെന്ന് ഞാൻ വിശ്വസിക്കുന്നു. ഈ പഴയ സാഹിത്യശാഖ പുതിയ തലമുറയ്ക്ക് പരിചയപ്പെടുത്താനും പഴമക്കാർക്ക് ഓർമ്മ പുതുക്കാനും വേണ്ടിയുള്ള എന്റെ ശ്രമം സഫലീകൃതമായെങ്കിൽ ഞാൻ കൃതാർത്ഥനാണ്.

*മാപ്പിളപ്പാട്ടിന്റെ മാധുര്യ*ത്തിന്റെ പ്രസാധനത്തിൽ സഹായിച്ചവർക്കെല്ലാം നിസ്സീമമായ കൃതജ്ഞത രേഖപ്പെടുത്തിക്കൊള്ളുന്നു.

ടി കെ ഹംസ

ആദ്യ പതിപ്പിന്റെ അവതാരിക

മാപ്പിളപ്പാട്ടിന്റെ ഹംസധ്വനി

ഏഴാച്ചേരി രാമചന്ദ്രൻ

ഒരു മുഴുവൻസമയ രാഷ്ട്രീയ പ്രവർത്തകൻ; പോരെങ്കിൽ ഇപ്പോൾ ലോക്സഭാംഗവും, അങ്ങനെയുള്ള ഒരാളിൽ നിന്ന് - ശ്രീ. ടി കെ ഹംസയിൽ നിന്ന് ഇത്തരമൊരു പ്രവൃത്തി സമകാല മലയാളികളിൽ ഏറിയ പങ്കും ഇപ്പോൾ പ്രതീക്ഷിക്കുന്നില്ല. എന്നാൽ ഉത്തമനായ ഒരു കമ്യൂണിസ്റ്റിൽനിന്ന് ഇങ്ങനെയൊരു ക്രിയ ഉണ്ടായതിൽ കമ്യൂണിസ്റ്റുകാരെ പൊതുവെയും ശ്രീ. ഹംസയെ പ്രത്യേകിച്ചും, കരൾതൊട്ടറിയുന്ന ആർക്കുമേ വിസ്മയത്തിനവകാശമില്ല. കാരണം സമൂഹത്തിന്റെ സമഗ്രസ്പർശിയായ സമസ്ത ധാരകൾക്കൊപ്പവും നല്ല കമ്യൂണിസ്റ്റുകൾ എന്നാളും ഉണ്ടാകുമല്ലോ.

സർഗ്ഗാത്മകതയുടെ പ്രാണസന്നിവേശങ്ങൾക്ക് ആരുറപ്പും നേരിനിപ്പും നല്കിയ നമ്മുടെ ഗുരുകാരണവന്മാർ -മാർക്സും എംഗൽസും മാവോയും ഹോചിമിനും ഇങ്ങിവിടെ ഇ എം എസും - കത്തിച്ചു നീട്ടിയ പാരിൻ വാരൊളി മംഗളകന്ദങ്ങൾ കത്തിന വിരലാൽ ചൂണ്ടുന്നതും ആ വഴിക്കല്ലോ. ആകയാൽ ശ്രീ. ഹംസയുടെ *മാപ്പിളപ്പാട്ടിന്റെ മാധുര്യം*. എന്ന ലേഖന സമാഹാരം ഒരു പകുതി പ്രജ്ഞയിൽ ആദരാഭിമാനങ്ങളും മറുപകുതി പ്രജ്ഞയിൽ വിസ്മയാഹ്ലാദങ്ങളും ചേർക്കുന്നു.

ചലച്ചിത്രം, ഫുട്ബോൾ, മാജിക്, പാട്ട് തുടങ്ങിയവയോട് ഇദ്ദേഹത്തിന് ഇലുക കവിഞ്ഞുള്ള ഇഷ്ടം ഉണ്ടെന്ന് നേരത്തെ അറിഞ്ഞിരുന്നു. എന്നാൽ ഗവേഷണകുതുകിയായ ഒരു സാഹിത്യ വിദ്യാർത്ഥിയുടെ അന്വേഷണത്വര ഇത്രമേൽ അന്തരാത്മാവിൽ മലരും തളിരും തുള്ളിച്ച് നിലനില്ക്കുന്ന കാര്യം അധികമാരും അറിയുന്നുവോ ആവോ! അധിനിവേശത്തിന്റെ അനന്ത ദുരന്തങ്ങൾ ഒരു കൈപ്പാട്ടിൽ നില്ക്കെത്തന്നെ ആദാനപ്രദാനങ്ങളിലൂടെ നേടുന്ന ഗുണസംസ്കൃതികളും അല്പമാ

യുണ്ട്. വൃത്തികെട്ട രോഗങ്ങൾക്കൊപ്പം തന്നെ പറങ്കിമാവിൻ കൃഷിയും സപ്പോട്ട, പപ്പായത്തൈകളും മലയാളത്തിന്നു വച്ചുനീട്ടിയത് പറങ്കി സംസ്കൃതിയാണല്ലോ.

വീരവും പ്രണയവും പരസ്പരം ഇഴ പിണയുന്ന അറബിനാടിന്റെ ഇശൽപ്പുന്നാരങ്ങളെ മലബാർ മനം ആയിരം കൈകൾ നീട്ടി സ്വീകരിച്ചത് തികച്ചും സ്വാഭാവികം. മാപ്പിളപ്പാട്ടുകളുടെ മഹനീയ ഈടുവയ്പുകൾക്ക് നാം മറ്റു പലതിലുമെന്നപോലെ അറബി ഹൃദയത്തോട് കടപ്പെട്ടിരിക്കുന്നു. കുമാരനാശാന്റെ *ലീലാ*കാവ്യം പോലും *ലൈലാമജ്നു* കഥയുടെ അനുകരണമാണെന്ന വിമർശനം ഒരുകാലത്ത് ചിലരിൽ നിന്നുണ്ടായി.

ലോകം മുഴുവൻ നീചാന്ധതയുടെ കരിമ്പടം ചൂടി നെടുമോഹനിദ്രയിൽ കഴിഞ്ഞിരുന്ന അനാദികാല പുലർച്ചകളിൽപോലും കവിതയും പാട്ടും വരയും വർണ്ണങ്ങളും ജീവിതഭിത്തിമേൽ കോറിയ മഹാസംസ്കൃതിയോട് നമുക്ക് എക്കാലവും നന്ദിയുണ്ട്. പത്തേമാരിയിലും പായ്ക്കപ്പലിലും സഞ്ചരിച്ചെത്തിയ ആ ജീവപ്പൊടിപ്പുകൾക്ക് മലനാട്ടു തനിമയുടെ അഴകും അണിയലങ്ങളും ചാർത്തിയ മാപ്പിളക്കവികൾ മഹത്തായൊരു കാലനിയോഗമാണ് നിർവ്വഹിച്ചത്.

അവരുടെ കരൾമുദ്ര പതിഞ്ഞ വഴികളിലൂടെ ശ്രീ. ഹംസ നടത്തുന്ന വേറിട്ട സഞ്ചാരം വ്യത്യസ്തമായൊരു വായനാനുഭവം നമ്മിൽ ഉണർത്തുന്നു. 'മാപ്പിള സംസ്കാരം' മുതൽ 'കർബലയുദ്ധം' വരെയുള്ള ഏഴദ്ധ്യായങ്ങളിലൂടെയുള്ള ഈ യാത്ര പലപ്പോഴും ചരിത്രത്തിന്റെ മണ്ണടരുകൾ പിന്നിട്ടുള്ള തെരച്ചിലാകുന്നിടത്താണ് ഹംസയിലെ കമ്യൂണിസ്റ്റിന്റെ സമകാല ദൗത്യം കൃതകൃത്യത നേടുന്നത്.

മാപ്പിളപ്പാട്ടുകൾ സമസ്തവും മലബാർ മാപ്പിളകവികളുടെ രചനകൾ മാത്രമാണെന്ന മിഥ്യാധാരണയുടെ ദുർബ്ബലത്തിരശ്ശീല 'മാപ്പിളക്കവി'യായ കമ്പളത്ത് ഗോവിന്ദൻ നായരുടെ കൃതിയെ പരിചയപ്പെടുത്തിക്കൊണ്ട് ഗ്രന്ഥകർത്താവ് പിച്ചിച്ചീന്തുന്നു. കോഴിക്കോട്ടെ ആകാശവാണി നിലയത്തിനുവേണ്ടിയും, ചലച്ചിത്രങ്ങൾക്ക് വേണ്ടിയും അല്ലാതെയും മുഴുവൻ മാപ്പിളക്കവികളെയും വിസ്മയപ്പെടുത്തുമാറ് നൂറുകണക്കിനു മാപ്പിളപ്പാട്ടുകൾ രചിച്ച പി ഭാസ്കരൻ മാസ്റ്ററെ പോലുള്ളവരെ കാണേണ്ടുംപടി കാണാനും ഗ്രന്ഥകാരൻ തികഞ്ഞ ഔചിത്യം പ്രദർശിപ്പിച്ചു.

വീരവും കരുണവും കണ്ണീരും പെൺനോവും പ്രണയവും കിനാവും ഒക്കെച്ചേർന്ന പ്രാണമിശ്രിതമായി ഒരു കാലഘട്ടമാകെ ഉത്തരകേരളത്തെ പാടിയുണർത്തിയും ചിലപ്പോഴൊക്കെ ഇശൽവിശറിയാൽ വീശി മയക്കിയും നാടുവാണ മാപ്പിളപ്പാട്ടുകളിന്മേൽ ഇനിയും നമ്മുടെ ഗവേഷകഗർവ്വുകളുടെ പീളക്കണ്ണുകൾ വേണ്ടും വിധം പതിഞ്ഞിട്ടില്ല.

"അന്നിരുപത്തൊന്നിൽ നമ്മള് ഇമ്മലയാളത്തില്
ഒന്നുചേർന്നു വെള്ളയോടെതിർത്ത് നല്ലെ മട്ടില്

നമ്മളുണ്ടാക്കുന്ന നെല്ല് ജന്മിമാരെ തീറ്റുവാൻ
സമ്മതിക്കില്ലെന്നതാണ് ഹേതു ഏറ്റുമുട്ടുവാൻ."

സത്യത്തിന്റെ നേർവായനയിലേക്കാണ് ഗോവിന്ദൻനായരുടെ ഈ വരികൾ മിഴിതുറക്കുന്നത്. ഏറനാടിനെ ഇളക്കിമറിച്ച കാർഷിക കലാപത്തെ മാപ്പിളലഹളയെന്നു കണക്കെഴുതി തമസ്കരിക്കാൻ ഇന്നും ചിലർ നടത്തുന്ന കന്നത്തങ്ങൾക്കെതിരെയാണ് കനൽക്കണ്ണുകളോടെ മലബാറിന്റെ ഈ പാട്ടുകവിത ഉണരുന്നത്. മലബാറിന്റെ പോരാട്ടപ്പെരുമകളിലേക്ക് ചിമ്മിണി കത്തിച്ച് ചെന്നിണച്ചെങ്കതിർ കാട്ടി, ചെങ്കൊടിയുമേന്തി ഉണരുന്ന പുതിയ കലിത്തോറ്റങ്ങൾ രചിച്ച നിലമ്പൂർക്കാരൻ കെ ജി ഉണ്ണീൻ ഉൾപ്പെടെയുള്ളവരുടെ അകവിതാനങ്ങളെയും തൊട്ടും മണത്തുമാണ് ഈ നവീന ഹംസയാനം.

മാപ്പിളപ്പാട്ടുകളുടെ പെരുന്തച്ചനായ മോയിൻകുട്ടി വൈദ്യർ, ഖാസി മുഹമ്മദ്, കുഞ്ഞായിൻ മുസലിയാർ, ഒ കെ കുഞ്ഞിമുഹമ്മദ്, പുലിക്കോട്ടിൽ ഹൈദർ, തോട്ടോളി മുഹമ്മദ്, മുണ്ടമ്പ്ര ഉണ്ണി മമ്മത്, നല്ലളം വീരാൻ, എൻ കെ അബ്ദുറഹ്മാൻ; വാഴപ്പുള്ളി മുഹമ്മദ്, ചേറ്റുവാ പരീക്കുട്ടി, ചാക്കീരി മൊയ്തീൻകുട്ടി, മെഹർ, ടി ഉബൈദ് തുടങ്ങി ഒരുവിധപ്പെട്ട മാപ്പിളപ്പാട്ടുകവികളുടെ ഒട്ടുമിക്ക മുഖ്യരചനകളെയും പരിചയപ്പെടുത്തി, തൊട്ടുഴിഞ്ഞുപോകുക വഴി കൂടുതൽ അന്വേഷണപരിശ്രമങ്ങൾക്ക് വഴി മരുന്നിടുകയാണ് ഗ്രന്ഥകാരൻ.

എഴുത്തച്ഛൻ, കുഞ്ചൻ നമ്പ്യാർ, ആശാൻ, വള്ളത്തോൾ, ചങ്ങമ്പുഴ, കടമ്മനിട്ട തുടങ്ങിയ മലയാളത്തിലെ ഇതര പ്രമുഖ കവികളുമായുള്ള ഗ്രന്ഥകാരന്റെ ഗാഢപരിചയം വെളിവാക്കുന്ന നിരവധി സന്ദർഭങ്ങൾ ഈ കൃതിയിലുണ്ട്. ശീലിലും ശൈലിയിലും ഈ കവികളും മാപ്പിളക്കവികളും തമ്മിൽ ഉണ്ടായിരുന്ന സാജാത്യസൗഭഗങ്ങളെ പാടവമാർന്ന തെരച്ചിൽ കണ്ണുകളോടെയാണ് ശ്രീ. ഹംസ തൊട്ടു പെരുമാറുന്നത്.

താളപ്പൊലിമയ്ക്കും ഈണസമൃദ്ധിക്കും നടുവിൽ മാപ്പിളപ്പാട്ടിന്റെ അകം നിറഞ്ഞൊഴുകുന്ന ഭാവസൗഭഗത്തെ അടുത്തുനിന്നു പുന്നരിക്കാൻ മലബാറികൾക്കുപോലും വേണ്ടത്ര നേരം ഉണ്ടായി എന്നു തോന്നുന്നില്ല.

"തടികമണത്തെ സമയത്ത്
ഉടനവനെത്തി മനസ്സുള്ളിൽ
സരസിജ മുറ്റെ മധുരത്തേൻ
ഹുസുനുൽ ജമാല- അവളുടെ
തരമന് ദൊക്കെ മറന്നീടും
എനതുടെ നാലാ."

ബദറുൽ മുനീറിന്റെ മനസ്സിലെ പരസ്ത്രീഗമനചിന്ത ഞൊടിയിടയിൽ മാറിമറയുന്ന ഈ വരികൾ കൃതഹസ്തനായ ഒരു കവിക്കു മാത്രം എഴുതുവാൻ കഴിയുന്നതാണ്. പലതരത്തിലുള്ള വേർതിരിവുകളും ഹുങ്കുകളും കടും നിറമാർന്ന മുൻവിധികളും മലയാളകവിതയെ എല്ലാ ഋതുപ്പകർച്ചകളിലും വേട്ടയാടിയിട്ടുണ്ട്. ഇന്നും ഭിന്നവേഷങ്ങളിൽ ഈ ദുർമ്മദ

ത്തോന്ന്യാസികൾ കവിതയ്ക്കു നേരെ കൊമ്പു കിണുക്കുന്നു. ഇത്തരം പ്രാന്തവല്ക്കരണങ്ങൾ ഏറെനാൾ ഏറ്റുവാങ്ങിയതാണ് നമ്മുടെ മാപ്പിളസാഹിത്യം. ഇന്ത്യയിലെയും കേരളത്തിലെയും ഒരുവിധപ്പെട്ട പുരസ്കാരങ്ങൾക്കൊക്കെ അപ്പുറത്തായിരുന്നല്ലോ സർഗ്ഗസാഹിതിയുടെ സുൽത്താനായിരുന്നിട്ടുകൂടി സാക്ഷാൽ ബഷീർ പോലും. അപ്പോൾ പിന്നെ "ചെന്നിണച്ചെങ്കതിർ" കണികാണുന്നവരുടെ കഥ പറയാനുണ്ടോ?"

ഒക്കെ അപ്പടി തന്നെ ഇരിക്കട്ടെ. എന്നാലും ഒരുകാര്യം തീർച്ച. നാമരൂപരഹിതനായ കാലം ഇത്തരം 'തോന്ന്യാക്ഷരങ്ങളെ' കാണാതെയും പുന്നരിക്കാതെയും ഇരിക്കില്ല. കളിയോഗ സവർണ്ണതയുടെ ദശകങ്ങൾ നീണ്ട തമസ്കരണ തിരസ്കരണികളെ മുറിച്ചു തള്ളി അരങ്ങിലെ അരുണോദയമായ നളചരിതം സാക്ഷി; വേറെ ഒട്ടനവധി നളചരിത നേരുകൾ സാക്ഷി.

അധികമൊന്നും താരതമ്യപഠനങ്ങൾക്കോ ഗവേഷണപ്പുര പ്രബന്ധങ്ങൾക്കോ മുന്നിൽ വിവസ്ത്രസ്വരൂപിയായി അവതരിക്കാൻ മാപ്പിളപ്പാട്ടുകൾ ഇന്നോളം തയ്യാറായിട്ടില്ല. എന്നാലും ജനമനസ്സുകൾ തൊട്ടറിഞ്ഞ രുദിതാനുസാരികളായ കവികൾ ഈ ഇശൽ തിളക്കങ്ങളെ കാണാതിരുന്നിട്ടില്ല.

"താമരപ്പൂങ്കാവനത്തിൽ താമസിക്കുന്നോളെ
പഞ്ചവർണ്ണപ്പൈങ്കിളിയില് പങ്ക് റങ്കുള്ളോളെ."

എന്ന വരിയും ഒ എൻ വിയുടെ

"പൊന്നരിവാളമ്പിളിയില് കണ്ണെറിയുന്നോളെ."

എന്ന വിളികൊണ്ട പാട്ടും ചേർത്തുവച്ചു വായിക്കുമ്പോൾ ഈ സത്യം വ്യക്തമാകും.

"മാമലകൾ നീലവർണ്ണത്തട്ടമിട്ടും നാട്ടിൽ
മാമരങ്ങൾ പൂമരങ്ങൾ നിന്നുവീശും നാട്ടിൽ" (ആമിന)

എന്ന ഭാസ്കരൻ മാസ്റ്ററുടെ കവിതയുടെ പ്രചോദനവും മാപ്പിളക്കവികൾ തന്നെയാകാം.

പി ഭാസ്കരൻ, വയലാർ, ശ്രീമൂല നഗരം വിജയൻ, കാറളം ബാലകൃഷ്ണൻ തുടങ്ങി ഒട്ടനവധി ഗാനരചയിതാക്കൾ അതിമനോഹരങ്ങളായ കവിത നിറഞ്ഞ മാപ്പിളപ്പാട്ടുകൾ രചിച്ചു. അവയുടെയൊക്കെ മൂലസ്രോതസ്സെന്ന നിലയിൽ മലബാർ മാപ്പിളക്കവികളെ കൃതജ്ഞതാഭരിതമായ മനസ്സോടെ മാത്രമേ നമുക്ക് ഓർമ്മിക്കാനാവൂ. അവരുടെ നിസ്വാർത്ഥ സേവനങ്ങളെ സർഗ്ഗ സംഭാവനകളെ വിസ്മൃതിക്കപ്പുറത്തു നിന്ന് തേടിപ്പിടിച്ച് തേച്ചുമിനുക്കി സഹൃദയസമക്ഷം അവതരിപ്പിക്കുകയും ഇണങ്ങുംപടി പരിചയപ്പെടുത്തുകയും ചെയ്ത ശ്രീ. ഹംസയുടെ സേവനത്തെയും മലയാള സംസ്കൃതിക്ക് നന്ദിപൂർവ്വമേ കാണാനാവൂ.

ഇതോടൊപ്പം ചേർത്തു നിർത്തി പുന്നാരിക്കേണ്ട വേറെ ചില വർത്തമാനങ്ങൾ കൂടിയുണ്ട്. അത് അറബി-മലയാളത്തിന്റെ പരിരംഭണത്തിൽ

നിന്ന് മാപ്പിളപ്പാട്ടുകളെ പരിധിയിലേറെയും വിമോചിപ്പിച്ചെടുത്ത് മലനാട്ടു മണ്ണിൽ പാകിക്കിളിർപ്പിച്ച് ഒന്നാന്തരം മലയാള ജനുസ്സാക്കി താലോലിച്ച വരെപ്പറ്റിയാണ്. മലയാളത്തിൽ അൻപതുകൾ മുതല്ക്കിങ്ങോട്ട് വിരാജിച്ച ചരിത്രകാരന്മാർ, കഥാകൃത്തുക്കൾ, ഗാനരചയിതാക്കൾ സംഗീത സംവിധായകർ, ഗായകർ തുടങ്ങിയവരുടെ നിസ്തുലമായ പങ്കിനെ ഒട്ടുമേ കുറച്ചുകണ്ടുകൂടാ.

കൊയ്ത്തുപാട്ട്, വിതപ്പാട്ട്, തുമ്പിപ്പാട്ട്, വാതിൽ തുറപ്പാട്ട്, ഭദ്രകാളിപ്പാട്ട്, ബ്രാഹ്മണിപ്പാട്ട് തുടങ്ങി മലയാണ്മയ്ക്ക് രാഗോന്മഥിതമായൊരു തേൻകരൾ സമ്മാനിച്ച പാട്ടു സംസ്കൃതിയിൽ സർക്കീട്ടു പാട്ട്, വെള്ളപ്പൊക്കമാല, പടപ്പാട്ട്, കപ്പപ്പാട്ട്, കെസ്സുപാട്ട്, കത്തുപാട്ട് തുടങ്ങി അനേകമായുള്ള തരം മാപ്പിളപ്പാട്ടുകളെ തീരെ മറന്നുകൂടാ. *അസുരവിത്ത്, ഓളവും തീരവും* തുടങ്ങിയുള്ള എം ടി ചിത്രങ്ങൾ പലതിലും ഒറിജിനലായും അല്ലാതെയും ഉൾക്കൊണ്ട മാപ്പിളപ്പാട്ടുകൾ, *ഉമ്മ, സുബൈദ, കുട്ടിക്കുപ്പായം, ഖദീജ* തുടങ്ങിയ ഒട്ടനവധി സിനിമകളിലും കൂടി തേച്ചു മിനുക്കിയ ഏറെ മാപ്പിളപ്പാട്ടുകൾ നമുക്കു കിട്ടി. മാപ്പിളസംസ്കൃതിയുടെ ആർദ്രത കരയിട്ട, അനുഭൂതി വാഴ്വുകളെ ആലുവാപ്പുഴയ്ക്കിപ്പുറത്തേക്കും എത്തിക്കാൻ ഇവ നന്നേ തുണച്ചു.

"ഒരു കൊട്ട പൊന്നുണ്ടല്ലോ," "ഇനി ചിരിയും ചിരിയല്ല." "പുള്ളിമാനല്ല മയിലല്ല," പകലവനിന്നു മറയുമ്പോ" "ഉറുമാലു കൊണ്ടെന്റെ കരളിന്റെ കൊമ്പത്ത്," "ചായക്കടക്കാരൻ ബീരാൻകാക്കാന്റെ" തുടങ്ങിയ വിളിക്കൊണ്ടപാട്ടുകൾ ഉദാഹരണങ്ങൾ. ഈ രംഗത്തെ ഏറ്റവും സ്തുത്യർഹമായ സംഭാവന പി ഭാസ്കരൻ മാസ്റ്ററുടെതാണ്. ബാബുരാജ്, കെ രാഘവൻ മാസ്റ്റർ തുടങ്ങിയ സംഗീത സംവിധായകർ, മച്ചാട്ടു വാസന്തി, പി ലീല, സുശീല, കോഴിക്കോട്ട് അബ്ദുൽ ഖാദർ, മെഹബൂബ്, സി ഒ ആന്റോ, വി എം കുട്ടി, വിളയിൽ വത്സല തുടങ്ങിയ പ്രമുഖ ഗായകർ എന്നിവരെയൊക്കെ ഓർമ്മിക്കാതെ എങ്ങനെയാണ് നമുക്കു കടന്നുപോകാനാവുക. പേരെടുത്തു പറയേണ്ട ഒട്ടനവധി പേർ വേറെയുമുണ്ട്.

മലയാള ചലച്ചിത്രഗാനങ്ങളുടെ ഗ്രാമഫോൺ റെക്കോർഡിന്റെ വില്പനയിൽ ഇന്നും തകർക്കപ്പെടാനാവാത്ത റിക്കാർഡ് ഒരു മാപ്പിളപ്പാട്ടിന്റേതാണെന്ന കാര്യവും മറന്നുകൂടാ- "കായലരികത്ത് വലയെറിഞ്ഞപ്പം" (പി ഭാസ്കരൻ - കെ രാഘവൻ, *നീലക്കുയിൽ*) "പത്തിക്കയ്യൻ പോക്കറുകാക്കാ ചിട്ടിക്കാരിപ്പാത്തുമ്മാനെ തോണ്ടീന്നും ആനക്കാരൻ കുഞ്ഞവറാന്റെ മോളു ബിയാത്തുമ്മ" തുടങ്ങി ശ്രീമൂലനഗരം വിജയൻ രചിച്ച ആന്റോ പാടിയ അസംഖ്യം മാപ്പിളപ്പാട്ടുകൾ പ്രൊഫഷണൽ നാടകങ്ങളിൽ വന്നിട്ടുണ്ട്. നാടക-ചലച്ചിത്ര- ലളിതഗാനരംഗത്തെ ഈ സംഭാവനകളെക്കൂടി ഉൾക്കൊള്ളിച്ചാലെ മാപ്പിളപ്പാട്ടിന്റെ വിശാല ശാദ്വലം സമ്പൂർണ്ണമാകൂ. ഗ്രന്ഥകാരന്റെ അടുത്ത പരിശ്രമം ഈ വഴിക്കാകുമെന്ന് കരുതട്ടെ.

ശ്രീ. ഹംസയുടെ തികച്ചും സ്തുത്യർഹവും തീരെയും വേറിട്ടതുമായ ഈ സദുദ്യമത്തിന് മലയാള മനസ്സുകളുടെ അകമഴിഞ്ഞ പ്രോത്സാഹനം ഉണ്ടാകും. ഇത് ഗ്രന്ഥകാരന്റെ എഴുത്തിന്റെ വഴിയിലേക്കുള്ള തുടക്കവും മാപ്പിള സംസ്കൃതിയെക്കുറിച്ചുള്ള പഠനത്തിന്റെ ഒന്നാം പാഠവുമാകുമെന്ന് ആശിക്കുന്നു. നിറഞ്ഞ സന്തോഷത്തോടെ ഈ മഹനീയ കൃതിയെ വായനക്കാർക്കുമുന്നിൽ സാദരം സമർപ്പിക്കുന്നു.

മാപ്പിളസംസ്കാരം

പ്രവാചകൻ മുഹമ്മദ് നബിക്കു മുമ്പുതന്നെ അറബികളും കേരളവും തമ്മിൽ അടുത്ത ബന്ധമുണ്ടായിരുന്നു. മണലാരണ്യത്തോടും അറബിക്കടലിനോടും മല്ലടിച്ച് രണ്ടിനെയും അതിജീവിച്ച് രണ്ടായിരത്തിൽപ്പരം കൊല്ലങ്ങൾക്കു മുമ്പ് തന്നെ അറബികൾ കേരളത്തിലേക്ക് വന്നുകൊണ്ടിരുന്നു. ഈത്തപ്പഴം, അത്തിപ്പഴം, സൈത്ത് എണ്ണ, വാസനദ്രവ്യങ്ങൾ എന്നിവ കേരളത്തിലേക്കും, ഇവിടെനിന്ന് കുരുമുളക്, കശുവണ്ടി, തേക്ക്, വീട്ടി മുതലായവ അറേബ്യയിലേക്കും കൊണ്ടുപോവുക പതിവായിരുന്നു.

അറേബ്യയുടെ കിഴക്കെ തീരത്തെ തുറമുഖപട്ടണമായ ഹളറുൽ മൗത്ത് എന്ന സ്ഥലത്ത് ചരക്കുകൾ ഇറക്കിയ ശേഷം മക്കാ പട്ടണത്തിലാണ് അവ സംഭരിച്ചിരുന്നത്. മക്ക അറബികളുടെ പുരാതന നഗരവും കച്ചവടകേന്ദ്രവുമായിരുന്നു. അവിടെനിന്നും ചരക്കുകൾ കാരവൻ സംഘങ്ങളായി പടിഞ്ഞാറോട്ടു മണൽക്കാടുകൾ താണ്ടി 'ഷാം' മിലെക്കാണ് കൊണ്ടുപോയിരുന്നത്. ഇന്ന് സിറിയ എന്ന പേരിൽ അറിയപ്പെടുന്ന 'ഷാം' അന്ന് ലോകകമ്പോളമായിരുന്നു. അവിടെനിന്ന് ചരക്കുകൾ ഈജിപ്ത്, അലക്സാണ്ട്രിയ, റോം തുടങ്ങി മറ്റു യൂറോപ്യൻ രാജ്യങ്ങളിലേക്കും കൊണ്ടുപോകുമായിരുന്നു.

അറേബ്യയും കേരളവും തമ്മിൽ ഉണ്ടായിരുന്ന ഈ പുരാതന ബന്ധം രണ്ട് ഉപഭൂഖണ്ഡങ്ങളിലെയും സംസ്കാരങ്ങൾ തമ്മിൽ പരസ്പരം പരിചയപ്പെടാൻ ഇടവന്നു. അതിനാൽ നബി തിരുമേനിയുടെ ആഗമനവും അദ്ദേഹത്തിന്റെ സന്ദേശവും നബിയുടെ കാലത്തു തന്നെ കേരളത്തിൽ എത്തിച്ചേരാൻ ഇടയാക്കി.

കേരളത്തിലെ ഒരു രാജാവ് ചേരമാൻ പെരുമാൾ, നബിയുടെ കാലത്ത് തന്നെ മക്കത്തേക്ക് പോയെന്നും നബിയെ നേരിൽക്കണ്ട് ഇസ്ലാം ആശ്ലേഷിക്കുകയും മദീന രാജകുടുംബത്തിലെ 'റജിയത്' എന്ന

യുവതിയെ വിവാഹം കഴിച്ച് ദീർഘകാലം അവിടെ താമസിച്ച് മടങ്ങിവരുമ്പോൾ 'ഷഹർമുഖല്ല' എന്ന സ്ഥലത്ത് വെച്ചു മരണപ്പെട്ടു എന്നും അദ്ദേഹം താജുദ്ദീൻ എന്ന പേരാണ് സ്വീകരിച്ചിരുന്നതെന്നും നൂറ്റാണ്ടുകളായി കേരളത്തിലെ മാപ്പിളമാർ വിശ്വസിച്ചുപോന്നു.

ഈ സംഭവം ഇതുപോലെ തന്നെ ചരിത്രകാരൻ ത്വബ്രി തന്റെ *ഫിറ് ദൗ സുൽഹിക്ക് മത്ത്* എന്ന ഗ്രന്ഥത്തിൽ രേഖപ്പെടുത്തിയിട്ടുണ്ട്. ചരിത്രപണ്ഡിതനായ ഹാഷിം ഫിരിസ്തയും ഈ ഐതിഹ്യം ചരിത്ര സംഭവമാണെന്ന് വിവരിക്കുന്നു. കോഴിക്കോട് ഡെപ്യൂട്ടി കലക്ടർ ആയിരുന്ന ദിവാൻ ബഹദൂർ ശ്രീ ഗോപാലൻ നായരും *മലയാളത്തിലെ മാപ്പിളമാർ* എന്ന ഗ്രന്ഥത്തിൽ ഇപ്രകാരം തന്നെയാണ് വിവരിച്ചു കാണുന്നത്.

ഈ ചരിത്രം മഹാകവി മോയിൻകുട്ടി വൈദ്യർ *മലപ്പുറം പട* എന്ന കൃതിയിൽ അവതരിപ്പിക്കുന്നത് കാണുക.

"യേറി കപ്പൽപ്പായുശർത്തി രാപകൽകൾ ഓടി
എത്തി ദൈഷഹർമുഖല്ല ബസ്തിതന്നിൽ കൂടി
കേറി ഖുദൂസെത്തി വന്തെതാഹതങ്കൾ അണ്ടെ
ഖിലഹദ്ദാ അത്തലത്തുണ്ടായിരുന്നാർ എണ്ടെ
ബാറുകൾ തരിത്ത് വേന്തർ ചേരമാൻ ഉളർന്തെ
വണ്ട് ചെമ്പിൻ തപൂവാസം യേറ്റണയ് പോൽ ചേർന്നെ
ചീർകടാക്ഷക്കോൾമലർ ചെന്താമരപദത്തിൽ
ചെമ്മതികിരികിടം യെടുത്ത് സീറൈതാഴ്ത്തി."

പായ കപ്പലേറിയ ചേരമാൻ പെരുമാളും സംഘവും 'ഷഹർമുഖല്ല' എന്ന സ്ഥലത്ത് കപ്പലിറങ്ങി. അപ്പോൾ 'ജിദ്ദ' യിൽ ഉണ്ടായിരുന്ന നബി തിരുമേനിയുടെ സദസ്സിൽ എത്തിച്ചേർന്നു. ആവേശഭരിതനായ പെരുമാൾ നബിയെ സമീപിക്കുന്നത്, മധുവിന്റെ മണംകൊണ്ട് വണ്ട് പൂവിലേക്ക് അടുക്കുന്നത് പോലെയായിരുന്നുവെന്നാണ് വൈദ്യർ വിശേഷിപ്പിച്ചത്. നബിയുടെ തൃപ്പാദത്തിൽ കിരികിടം എടുത്ത് തലതാഴ്ത്തിയ രാജാവിനെ തിരുമേനി കെട്ടിപ്പിടിച്ച് ആശ്ലേഷിച്ചു എന്നാണ് കവിയുടെ വിവരണം.

കുറെ കാലം കഴിഞ്ഞ് മടങ്ങിവരുമ്പോൾ ഷഹർമുഖല്ലയിൽ വെച്ച് അദ്ദേഹം രോഗഗ്രസ്ഥനാവുകയും മരണപ്പെടുകയും ചെയ്തു. മരിക്കുന്നതിനു മുമ്പ് താൻ എഴുതിക്കൊടുത്ത ഒസിയത്തുമായി പിന്നീട് ഭാര്യാസഹോദരൻ മാലിക് ബ്നുദിനാറും സംഘവും കൊടുങ്ങല്ലൂരു വന്നു രാജാവിന്റെ അനന്തിരവന്മാരെ ഒസിയത്ത് കാണിച്ചു. അവർ അതിഥികളെ രാജോചിതമായി സ്വീകരിച്ചു. ഇവിടെ താമസിക്കാനും, പള്ളികൾ നിർമ്മിക്കാനും ദീൻ പ്രചരിപ്പിക്കാനുമുള്ള പൂർണ്ണസ്വാതന്ത്ര്യം അനുവദിച്ചു കൊടുക്കുകയും ചെയ്തു എന്നാണ് ഐതിഹ്യം. അതുവഴി നിരവധി കുടുംബങ്ങൾ ഇസ്ലാം ദീനിലേക്ക് കടന്നുവന്നു. അവർ അന്യോന്യം കൂടിക്കലർന്ന് ജീവിക്കുകയും വിവാഹബന്ധത്തിൽ ഏർപ്പെടുകയും

ചെയ്തു. ക്രമേണ ഒരു പുതിയ സമൂഹം ഉടലെടുക്കുകയായിരുന്നു. ആ സമൂഹത്തിൽ അറബി-മലയാളസങ്കര സംസ്കാരം പിറവിയെടുത്തു. ഈ സംസ്കാരത്തിന്റെ ഉടമകളായ പുതിയ സമൂഹത്തെയാണ് 'മലബാറിലെ മാപ്പിളമാർ' എന്നു പറഞ്ഞു വരുന്നത്.

ആ സമൂഹം ക്രമേണ വളർന്ന് വലുതായി കേരളം മുഴുവനും വ്യാപിച്ചു. ആയിരത്തി നാനൂറ് കൊല്ലങ്ങൾക്ക് മുമ്പ് നടന്ന ചരിത്രസംഭവങ്ങളാണ് പറഞ്ഞു വന്നത്. അന്ന് മലയാള ഭാഷ ലിപിയിലും, പദാവലിയിലും വേണ്ടത്ര വികസിച്ചിരുന്നില്ല. ഈ പുതിയ സമൂഹത്തിന് മതശാസനകളും നടപടി ക്രമങ്ങളും പഠിപ്പിക്കേണ്ടത് ആവശ്യമായി വന്നു. മുഴുവൻ ജനങ്ങളെയും അറബി പഠിപ്പിക്കാൻ കഴിയുന്നതല്ലല്ലോ. അതിനവർ ഒരു പുതിയ മാർഗ്ഗം കണ്ടുപിടിച്ചു. മലയാളഭാഷ അറബിലിപിയിൽ എഴുതുക. അങ്ങനെ അറബി മലയാളലിപിയും ഭാഷയും രൂപം കൊണ്ടു. പില്ക്കാലത്ത് അതിനെ അറബി-മലയാളം, അഥവാ മാപ്പിള മലയാളം എന്നു വിളിച്ചു.

ഈ മാപ്പിള മലയാളത്തിൽ ധാരാളം അറബി-പേർഷ്യൻ പദങ്ങൾ കൂടിക്കലർന്നു. ഉദാ: ശറത്ത്, താഖ്ത്ത്, തഖത്ത്, ദൗലത്ത്, വക്കാലത്ത്, ഷൗഖ്, ഹലാക്ക്, ബലാല്, ജമാല് എന്നിവ സാർവ്വത്രികമായി ഉപയോഗിച്ചു വന്നു. പുറമെ പുതിയ മാപ്പിളമലയാള പദങ്ങളും ഉടലെടുത്തു. ഉദാ: മൊഞ്ച്, തഞ്ചം, റങ്ക്, ഇഷ്ക്ക്, പൌസാക്ക്, ചൊറുക്ക്, പൗറ്, ചിത്തിരം, തത്തിരം, ഇങ്ങനെ ധാരാളം.

മാപ്പിളസമൂഹത്തിൽ അതിർവരമ്പുകൾക്ക് അകത്ത് ഈ സങ്കര ഭാഷ അതിവേഗം വളർന്നുവന്നു. മലയാളഭാഷയിൽ തമിഴ് ചുവയുള്ള പ്രയോഗങ്ങൾക്കു പുറമേ ഹിന്ദുസ്ഥാനി പദങ്ങളുടെ പ്രസരവും മാപ്പിള മലയാളത്തിൽ കാണാവുന്നതാണ്.

മാപ്പിള മലയാളത്തിലൂടെ മാപ്പിളമാരുടെ സങ്കരസംസ്കാരത്തിന്റെ ഉല്പന്നങ്ങളായ കലാസാഹിത്യശാഖയും സ്വാഭാവികമായി ഉടലെടുത്തു. ഈ അറബിമലയാളഭാഷയിൽ അവർ കത്ത്, എഴുത്ത്, പാട്ട്, കലാപ്രകടനങ്ങളായ വട്ടപ്പാട്ട്, കൈമുട്ടിപ്പാട്ട്, ഒപ്പന, അറബന, ദഫ്മുട്ട്, ചീനിമുട്ട്, കോൽക്കളി എന്നിവ പരിശീലിച്ചു വന്നു.

കലാപ്രകടനങ്ങൾക്ക് മിഴിവേകുന്നത് താളാത്മകമായ ബൈത്തും പാട്ടുമായിരുന്നു. അറബിബൈത്തുകളും മലബാറിലെ നാടൻ നാടോടിപ്പാട്ടുകളും കലർന്ന് അറബിമലയാള സങ്കര കവിതാശാഖ അങ്ങനെയാണ് ഉടലെടുത്തത്. മാപ്പിളസമൂഹത്തിൽ പത്താം നൂറ്റാണ്ടു മുതൽ ഇരുപതാം നൂറ്റാണ്ടിന്റെ അവസാനം വരെ, മേല്പറഞ്ഞ കവിത-കലാശാഖകൾ വളരെ സജീവമായി നിലനിന്നിരുന്നു. അവർ ആടിയും പാടിയും കളിച്ചും ഉല്ലസിച്ച് കഴിഞ്ഞുവന്നു. മാപ്പിളമാരുടെ സാംസ്കാരിക വളർച്ചയിൽ ബൈത്തുകളും പാട്ടുകളും അവരുടെ വികാരവിചാരങ്ങളുടെ മലരും മണവും ആയിത്തീർന്നു.

അറബന, ദഫ്മുട്ട് എന്നിവ പൂർണ്ണമായും അറബിക്കലകൾ തന്നെ

യാണ്. കോൽക്കളി വടക്കെ മലബാറിലെ പുരാതനമായ നാടൻ കലകളിൽ പെട്ടതാണ്. എന്നാൽ ചിലമ്പിന്റെ ശബ്ദവും, താളാത്മകമായ ഇശലുകളും ചേർത്ത് കളിക്ക് കൊഴുപ്പ് കൂട്ടി മാപ്പിളമാർ അതിനെ സ്വായത്തമാക്കുകയാണുണ്ടായത്.

മാപ്പിളപ്പാട്ടിന്റെ ഇമ്പമാർന്ന ഇശലുകൾ കളിയിലും കല്യാണത്തിലും മാത്രമല്ല, മാപ്പിളമാരുടെ ജീവിതത്തിലെ സമസ്ത മേഖലകളിലും സ്വാധീനം ചെലുത്തി. മാപ്പിളപ്പാട്ടുകൾ മറ്റു പാട്ടുകളിൽനിന്ന് വേറിട്ടു നില്ക്കുന്നു എന്നതാണ് അതിന്റെ പ്രത്യേകത.

മാപ്പിളപ്പാട്ടിന്റെ പ്രത്യേകത

ലളിതമായ ഭാഷ, ശ്രവണ സുന്ദരമായ പ്രാസഭംഗി, താളലയനിബദ്ധമായ ഗാനാത്മകത, സർവ്വോപരി അവതരണത്തിലെ കല എന്നിവയാണ് മാപ്പിളപ്പാട്ടിന്റെ സവിശേഷതകൾ.

ലളിതമായ ഭാഷ

പച്ചമലയാളത്തിൽ സാധാരണക്കാരന്റെ ഹൃദയത്തിലേക്ക് തുളച്ചു കയറുന്ന ലളിതമായ ഭാഷയിലൂടെയുള്ള പാട്ടുകൾ മാപ്പിളമാരെ ഹരം പിടിപ്പിച്ചിരുന്നു. ഒരു ചെറിയ പെട്ടിപ്പീടിക കച്ചവടക്കാരന്റെ ചരക്കുകൾ പരസ്യം ചെയ്യുന്ന രീതി കണ്ടാൽ അത് വ്യക്തമാകും.

ഇശൽ: കരുവാരക്കുണ്ടതിന്ന്

"സത്യം പറയുന്ന ഷാപ്പ്
സാമാനം നല്ല സോപ്പ്
താടിതലമുടി വാർന്നിടാൻ പുതുമാതിരിച്ചീപ്പ്-
കളുംപുന-വില്ക്കാൻ തയ്യാറതുണ്ട് ചായയും കാപ്പി.
വെത്തെശെണ്ടിന്റെകുപ്പി
വേണങ്കിൽ വാങ്ങിവെപ്പിൻ
വില ആദായം വളരെയുണ്ടരറുപ്പി
അത് പോൽ - കയറുഫിൻ മാലയു കോർത്തിട്ടിതാ വെച്ചെ."

ഇതിലെ ഭാഷ വ്യാഖ്യാനത്തിന്റെ ആവശ്യം ഇല്ലാത്തതാണ്. പ്രാസ പ്രയോഗവും ഭംഗിയാർന്നതാണ്. പാടിക്കേൾക്കുന്നവൻ പെട്ടെന്ന് തന്റെ നാക്കിലേക്ക് വരികൾ പകർന്ന് എടുക്കുന്നതുമാണ്.

അതുപോലെതന്നെ പെണ്ണിനെ കാലചെറുപ്പത്തിൽ കല്യാണം

കഴിച്ച് മൂപ്പര് എല്ലാ സുഖസൗകര്യങ്ങളും അനുഭവിച്ച് മണിയറയിൽ മർദ്ദനമേറ്റ് അവർ ആറ് പ്രസവിച്ചു. അവസാനം ആരോഗ്യവും സൗന്ദര്യവും നഷ്ടപ്പെട്ടപ്പോൾ തള്ളി പുറത്താക്കുന്നു. നിരാശാഭരിതമായ, കരളലിയിക്കുന്ന അവളുടെ ഹൃദയവേദന കവി അക്ഷരങ്ങളിൽ പകർത്തുന്നത് കാണുക.

ഇശൽ: താമരപ്പൂങ്കാവനത്തിൽ

"പന്തിരണ്ടാം വയസ്സിലെന്നെകെട്ടി നിങ്ങൾനല്ലെ
പൗറടിച്ചതൊന്നുമിപ്പോൾ, ഓർമ്മ തോന്നുന്നില്ലെ
മന്തിരം കൊണ്ടാണ് മുത്ത്
മക്കളെഞാനാറ് പെറ്റ്
ഇപ്പോളല്ലെവന്ന തെറ്റ്
കുഞ്ഞിമക്കളാറ് - ഇപ്പോളല്ലെ പോര്..."

ശൈശവ വിവാഹത്തിലെ അപാകതകൾ ചൂണ്ടിക്കാണിക്കാനും, പുനർവിവാഹത്തിലെ പുരുഷന്റെ ദുരുദ്ദേശ്യം വിമർശനപരമായി പ്രസ്താവിക്കാനുമാണ് കവിയുടെ ശ്രമം. അവതരണം എത്ര മനോഹരം.

ലളിതഭാഷാ പ്രയോഗത്തിനുദാഹരണമായി ധാരാളം ഉദ്ധരിക്കാനുണ്ട്. പുലിക്കോട്ടുൽ ഹൈദരിന്റെ പ്രശസ്തമായ 'മറിയക്കുട്ടിയുടെ കത്ത്' അതീവസുന്ദരമാണ്. ജേലിൽ നിന്നുതന്നെ തെറ്റിദ്ധരിച്ചു ചില ആരോപണങ്ങൾ ഉന്നയിച്ചുകൊണ്ട് ഭർത്താവ്, മറിയക്കുട്ടിക്ക് അയച്ച കത്തിന്ന് അവൾ കൊടുത്ത മറുപടിയിൽ കാണുന്ന ഹൃദയസ്പൃക്കായ ഭാഷ നോക്കൂ.

"എന്നെനിങ്ങളൊയ്യെ തൊട്ടിട്ടില്ല മറ്റോരാണ്
എമ്പിടുന്നു, കൊണ്ടുവെട്ടതങ്ങളെകാലാണ്
കാല് രണ്ടും തന്നെയാണെഇപ്പഴം ഭുജിക്കാൻ
കണ്ട് നുണഞ്ഞ് നടക്കുന്നുണ്ട് ചിലരൊക്കാ
ബാലരെവലയിലിന്നോളം പിണഞ്ഞിട്ടില്ല.
വന്നു നോക്കി പോയതോയ്യെ കോള് തിന്നിട്ടില്ല."

ഒരു നാടൻ മാപ്പിളപ്പെണ്ണിന്റെ നിഷ്കളങ്കമായ സത്യപ്രസ്താവന പച്ചയായി അവതരിപ്പിക്കുന്ന കവിയുടെ കരവിരത് ശ്ലാഘനീയമാണ്. അതിന്റെ രീതി പ്രശസ്തമായ മാലപ്പാട്ട്.

"ബിസ്മിയും ഹംദും സ്വലാത്തും നൽസലാമും മുന്നെ
വിള്ളി, നഫീസത്ത് മാല ഞാൻ തുടങ്ങീടുന്നെ" എന്ന ഈണമാർന്ന ഇശലാണ്.

പ്രാസഭംഗി:

ശ്രവണസുന്ദരമായ പ്രാസഭംഗിയാണ് മാപ്പിളപ്പാട്ടിന്റെ മറ്റൊരു പ്രത്യേകത എന്നുപറഞ്ഞുവല്ലോ. മറ്റേതൊരു സാഹിത്യശാഖയിലും കാണാത്ത വിധം പ്രാസപ്രയോഗംകൊണ്ടു ജാലവിദ്യ കാണിക്കുന്ന

നിപുണന്മാരായിരുന്നു ആദ്യകാല മാപ്പിളക്കവികൾ. കമ്പി, കഴുത്ത്, നടു കമ്പി, വാൽക്കമ്പി, കമ്പിമ്മെൽ കമ്പി, ഇതിനെല്ലാം പുറമേ ചിറ്റെഴുത്ത് എന്നീ ദീക്ഷകൾ കൃത്യമായും അവർ പാലിച്ചിരുന്നു.

ഒരു ശ്ലോകത്തിലെ ആദ്യാക്ഷരങ്ങൾ ഒരേ മാതിരി വരുന്നതിനെ കമ്പി എന്നും രണ്ടാമത്തെ അക്ഷരങ്ങളുടെ യോജിപ്പിനെ കഴുത്ത് എന്നും പറയുന്നു. നടുമുറിയുമ്പോൾ എല്ലാ വരികളിലെയും അക്ഷരങ്ങൾ ഒന്നായി വരുന്നതിനെ നടുകമ്പി എന്നും എല്ലാവരികളിലെയും അവസാനത്തെ അക്ഷരങ്ങൾ യോജിക്കുന്നതിനെ വാൽക്കമ്പി എന്നുമാണ് പറയുക. ഒരു ശ്ലോകത്തിന്റെ അവസാനത്തെ അക്ഷരംകൊണ്ട് അടുത്ത ശ്ലോകം ആരംഭിക്കുന്നതിനെയാണ് കമ്പിമ്മെൽ കമ്പി എന്നു വിളിക്കുന്നത്. പാട്ടിലുടനീളം അക്ഷരങ്ങളുടെ ഒരു കസർത്ത് തന്നെയാണ് ചിറ്റെഴുത്ത് എന്ന പ്രയോഗം.

മേല്പറഞ്ഞ നിയമങ്ങൾ കൃത്യമായി പാലിക്കണം എന്ന് മഹാകവി മോയിൻകുട്ടി വൈദ്യർ നിഷ്കർഷിക്കുന്നു. അദ്ദേഹം മാപ്പിളകവികൾക്ക് നല്കുന്ന ഉപദേശം നോക്കുക.

“വകകൾ മൂത്ത് നൂൽ ചിറ്റെളുത്തും കമ്പി
വാലും തലൈംചന്തം കുനിപ്പും കമ്പി
സകലകവിരാജർ ഇതിനെപ്പാർപ്പിൻ
ത്വബീബ് ഫയൽ എൻവാക്കനർത്ഥം തീർപ്പിൻ”

ത്വബീബഫയൽ എന്നാൽ വൈദ്യരുടെ മകൻ എന്നാണ് അർത്ഥം. അദ്ദേഹത്തിന്റെ തൂലികാനാമം അതായിരുന്നു. മറ്റ് മാപ്പിളകവികളെ അദ്ദേഹം ഉപദേശിക്കുകയാണ്, മുത്തുമണികൾ നൂലിൽ കോർത്തിട്ട പോലെ ആദ്യത്തിലും അവസാനത്തിലും നടുവിലും ഭംഗിയായി പ്രാസം ഒപ്പിക്കണം. വെപ്പും എടുപ്പും കുനിപ്പും മനോഹരമായിരിക്കണം. സർവ്വാഭരണ വിഭൂഷിതയായ ഒരു സുന്ദരിയാണ് കവിത അദ്ദേഹത്തിന്റെ വീക്ഷണത്തിൽ. തന്റെ “ഹുസനുൽ ജമാൽ - ബദറുൽ മുനീർ” എന്ന കിസ്സപ്പാട്ടിൽ കാമുകീകാമുകന്മാരുടെ സൗഹൃദം അദ്ദേഹം വരച്ചു കാണിക്കുന്നതിലെ കലാഭംഗി നോക്കുക:

“എത്തുമാപരിശൊത്ത ബാലനിൽ
പത്തിനി ഹുസനുൽജമാൽ
എപ്പൊഴും അവരൊപ്പമാം - മനം
തപ്പിടാതെ തരത്തിനാൽ
ഉത്തമനുഷ്യർ മൂത്ത് ബീവിയും
സുത്തമാം ബദറുൽ മുനീർ
ഹുബ്ബ് രണ്ടരും ലുബ്ബ് ചേർന്നതിൽ
ദുർബ്ബണ്ണെന്തിടും തിട്ടമെ.”

പ്രാസപ്രധാനവും പദപ്രയോഗം കൊണ്ടു ശ്രവണ സുന്ദരവുമാണ് മേൽവരികൾ. ആ കാവ്യത്തിലുടനീളം ഈ സൗകുമാര്യം ത്രസിക്കുന്നതായി കാണാം. പാട്ടുകൾക്ക് എന്തെല്ലാം മാറ്റങ്ങൾ വന്നാലും പ്രാസ

ഭംഗി ഒരലങ്കാരം തന്നെയാണ്. മാപ്പിളപ്പാട്ടിൽ പ്രാസത്തിനു വളരെ പ്രാധാന്യം ഉണ്ട്.

അറബി-മലയാളഭാഷയിൽ ഉണ്ടായ മാപ്പിളപ്പാട്ടുകളിൽ കാണുന്ന പ്രാസഭംഗി അറബിപാരമ്പര്യത്തിൽനിന്നും വന്നതാണ്. അതിന്റെ ഏറ്റവും വലിയ ഉദാഹരണം വിശുദ്ധ *ഖുർ-ആൻ* തന്നെയാണ്. *ഖുർ-ആൻ,* സൂക്ഷ്മമായി നിരീക്ഷിക്കുന്നവർക്ക് അത് പ്രാസപ്രധാനമായ ഒരു ഗദ്യ കവിത പോലെയാണെന്നു മനസ്സിലാവും. *ഖുർ-ആനി*ലെ ആദ്യംവന്ന അദ്ധ്യായം തന്നെ നോക്കുക.

"ഇഖ്റഅ് ബിസ്മിറബ്ബിക്കല്ലദീ ഖലഖ്
ഖലഖൽ ഇൻസാനമിൽ അലഖ്
ഇഖറഅ് വരബ്ബുഖൽ അക്റമുല്ലദീ
അല്ലമ ബിൽഖലം,
അല്ലമൽ ഇൻസാനമാലം - യഅ്ലം
കല്ലാ ഇന്നൻ ഇൻസാന, ലയത്ത് ആ."

ഇവിടെ കണിശമായ പ്രാസദീക്ഷ പാലിച്ചതായി കാണാം. ശബ്ദവും സുന്ദരം തന്നെ. ഈണമാർന്ന് ഓതുമ്പോൾ ഇമ്പം തോന്നാതിരിക്കില്ല. 'ഖ'യും 'ല'യും നൂലിൽ കോർത്തിണക്കിയത് ശ്രദ്ധിക്കുക.

അപ്രകാരം തന്നെ *ഖുർ-ആനി*ലെ ഏറ്റവും ചെറിയ ഒരദ്ധ്യായം പരിശോധിക്കാം.

"ഖുൽ ഹുവള്ളാഹു അഹദ്
അള്ളാഹുസ്സമദ്
ലംയലിദ്-വലംയൂലദ്
വലംയക്കുല്ല ഹു- കുഫുവൻ അഹദ്"

'ല'യും 'ദ'യും എത്ര മനോഹരമായിട്ടാണ് പ്രയോഗിച്ചിട്ടുള്ളത്. ഇങ്ങനെ *ഖുർ-ആനിൽ* നിന്ന് എത്ര വേണമെങ്കിലും എടുത്ത് ഉദ്ധരിക്കുവാൻ സാധിക്കുന്നതാണ്.

മലയാള ഭാഷാസാഹിത്യത്തിലും ആദ്യകാല കവികൾ കാവ്യരചനയിൽ പ്രാസഭംഗിക്കും ശബ്ദാലങ്കാരത്തിനും വലിയ പ്രാധാന്യം നല്കിയിരുന്നു. മഹാകവി വള്ളത്തോളിന്റെ *മഗ്ദലനമറിയം* എന്ന ഖണ്ഡകാവ്യത്തിലെ ഏതാനും വരികൾ നോക്കാം.

"താഴത്തേക്കെന്തിത്ര സൂക്ഷിച്ചു നോക്കുന്നു
താരകളെ നിങ്ങൾ നിശ്ചലരായ്
നിങ്ങൾതൻ കൂട്ടത്തിൽ നിന്നിപ്പോഴാരാനും
ഭംഗമാർന്നൂഴിയിൽ വീണു പോയോ?"

യേശുനാഥന്റെ സന്നിധിയിലേക്ക്, പൂനിലാവുള്ള രാത്രിയിൽ ശുഭ്രവസ്ത്രധാരിയായ മഗ്ദലന മറിയം കൈയിൽ മട്ടിപ്പശയേന്തിക്കൊണ്ട്, പശ്ചാത്താപനിരതമായ ഹൃദയത്തോടുകൂടി പോകുന്നത് കണ്ട കവി, ആകാശത്തെ നക്ഷത്രങ്ങൾ ഈ സൗന്ദര്യധാമത്തെ സൂക്ഷിച്ചു നോക്കുകയാണോ, തങ്ങളിൽ ഏതെങ്കിലും ഒന്നു താഴേക്ക് വീണു പോയ

താണോ ഈ തേജഃപുഞ്ജം എന്നു സന്ദേഹിക്കുന്നു. എന്തൊരു മനോഹരമായ അവതരണം, ഹൃദയാവർജ്ജകം തന്നെ. ഈ കലാകൗതുകം ഇല്ലെങ്കിൽ പിന്നെ കവിതയ്ക്കെന്താണ് അലങ്കാരം?

അതുപോലെ മനോഹരമാണ് മഹാകവി ചങ്ങമ്പുഴയുടെ *വാഴക്കുല*. തുടക്കം തന്നെ പ്രാസ, താളലയം കൊണ്ടലങ്കൃതം.

'മലയപ്പുലയനാ മാടത്തിൻ മുറ്റത്ത്
മഴ വന്ന നാളൊരു വാഴ നട്ടു
മഴയെല്ലാം പോയപ്പോൾ
മാനം തെളിഞ്ഞപ്പോൾ
മലയന്റെ മാടവും പൂക്കൾ ചൂടി."

പ്രാസഭംഗിയും ശബ്ദാലങ്കാരവും ഒത്തിണങ്ങിയ വരികൾ പാടാൻ തന്നെ ഇമ്പമാർന്നതാണ്, ലളിതമായ ഭാഷയും.

ഗാനാത്മകത:

മാപ്പിളപ്പാട്ടിന്റെ മറ്റൊരു പ്രത്യേകത താളലയനിബദ്ധമായ ഗാനാത്മതകയാണ്. താളത്തിനൊത്ത ശീലുകൾ ശീലുകൾക്കൊത്ത താളം. ഇശലുകൾ പാടിക്കൊണ്ട് താളം കൊട്ടിയാണ് കോൽക്കളിയുടെ തുടക്കം. പന്ത്രണ്ട് ആളുകൾ വട്ടത്തിൽ നിന്ന് അന്യോന്യം കോലടിച്ച് പാട്ട് പാടി താളം പിടിക്കുന്നു.

കോൽക്കളിയിലെ തുടക്കത്തിന്റെ താളം:
"താന തനം തന തന്നാ നെ - തന
താന തനം തന തന്നാ നെ."
ആ താളത്തിന്റെ പാട്ടു നോക്കുക:
"ആശിച്ചപോലെ നടക്കൂല - ഇമ്പ
പ്പൂമധുവണ്ട് കുടിക്കൂലാ
കീരിയും പാമ്പുമിണങ്ങൂലാ
തളിരായെഖൽബതറിയൂല
യോജിച്ചെ മംഗളനാല് വരും -അന്ന്
ആനക്കിടുക്കോളം പൊന്ന് വരും
പൊന്നിട്ട പത്തായം പൂട്ടി വരും - അതിൻ
പിച്ചളത്താക്കോലോടിവരും
പൊന്നിൻ കളിച്ചു കുളിച്ചിരിക്കും - നിന്നെ
കാണുവാൻ ഞങ്ങളന്നോടി വരും
നാണം കുണുങ്ങിമറഞ്ഞിരിക്കും - നിന്റെ
നാത്തൂന്മാർ വന്നരികത്തിരിക്കും."

പിന്നത്തെ നിലയിലേക്ക് കളി പ്രവേശിക്കുന്നത് ആറാള് ഉള്ളിലും ആറാള് പുറത്തും നിന്നുകൊണ്ട് അന്യോന്യം കോല്, കൊണ്ടും - കൊടുത്തും അടിച്ചുള്ള കളി തുടങ്ങുന്നു - അതിന്റെ "താളം, തകൃതാമില്ലത്തെ" അതിനൊത്ത് പാട്ടു പാടും."

"ഉടനെ ജുമൈലത്ത് ഇറങ്ങി നടന്ന് ചെണ്ട്
ഇരയുന്നവനോടെൻ കൂടെ വരണംയെണ്ട്,
വടിവുറ്റ രശീ വിളിക്കുന്നടത്തു കാണ്മാൻ
വളരെകൊതിയെങ്കിൽ ഇങ്കെവരട്ടെ പൂമാൻ"

തുടർന്നു കളിയുടെ താളം മാറുന്നതിനനുസരിച്ച് പാട്ടുകളുടെ ഇശലുകൾ മാറുന്നു. താളത്തിനൊത്താണ് ഇശലുകളുടെ മാറ്റം. താളം, കോലടി, ഇശലുകൾ ഒത്തിണങ്ങിയ മനം കവരുന്ന ഒരു കലാപ്രകടനം തന്നെയാണ് കോൽക്കളി.

താളാത്മകതയെപ്പറ്റി പറഞ്ഞുവരുമ്പോൾ വൈദ്യർ കൃതികളിൽ പെട്ട 'സലാസീൽ കിസ്സ പാട്ടി'ൽ നിന്ന് ചില വരികൾ പ്രസക്തമായി തോന്നുന്നു.

ഇശൽ: ഓശകൾ

"ഏശിനോർ മുട്ട് മുരശൊടി
താശികളും തമ്പാർ അടിമേളം
യമ്പും ബിളകൊമ്പട് ബംബൊട്
ചങ്കൊട് ചൂളകളും ബിളിബിളി
ഏറ്റംസാരങ്കികളും തകിർ
ദാരമെ രാഗമിനാൽ.
നാശപ്പടയാർകളിലെ കുയിത്താളം ഇശൽ
കിണ്ണാരമെ മൂട്ടും
നലവാൽ അടിദപ്പ്കളും ധുടി
ഒറ്റകളും തരമാൽ -കളികളി-
നാഖുസും നർഖസ്, തുർഖസ് മർക്കസ്
കർക്കസുമെ......."

ഈ പാട്ടുകൾ ഉൾക്കൊള്ളുന്ന ഗാനാത്മകത അതിന്റെ താളലയവും സുന്ദരമായ പദവിന്യാസവുമാണ്. അർത്ഥം അറിയാത്തവർക്കുപോലും പാടി രസിക്കാനും, കേട്ട് ആസ്വദിക്കാനും സാധിക്കുന്നു. സങ്കരഭാഷാപ്രയോഗംകൊണ്ടു പലർക്കും അർത്ഥം മനസ്സിലാവാറില്ല. എന്നാൽ ഹിന്ദുസ്ഥാനി പഠിക്കാത്തവർ ഹിന്ദി പാട്ടുകൾ പാടിയും കേട്ടും ആസ്വദിക്കുമ്പോലെ അത്തരം മാപ്പിളപ്പാട്ടുകളും പാടിയും കേട്ടും രസിക്കുന്നു.

അവതരണകല:

അവതരണത്തിലെ കല, അഥവാ കലാപരമായ അവതരണം- ഇതാണ് മാപ്പിളപ്പാട്ടുകളെ അത്യാകർഷകമാക്കുന്നത്. വിഷയങ്ങളെ വിവരിക്കുക- അവതരിപ്പിക്കുക എന്ന രീതിയല്ല, മറിച്ചു കലാപരമായി അവതരിപ്പിക്കുന്ന രീതിയാണ് മാപ്പിളപ്പാട്ടിന്റേത്. ജീവിതത്തിലെ സാധാരണ സംഭവങ്ങളെ അസാധാരണത്വത്തിന്റെ ആവരണമണിയിച്ചുകൊണ്ട് അനുവാചക ഹൃദയത്തിൽ അനുഭൂതിയുളവാക്കത്തക്കരീതിയിൽ അവതരി

പ്പിക്കുക എന്നതാണ് കലാപരം. കൗമാരപ്രായക്കാരിയായ ഹുസുനുൽ ജമാൽ എന്ന നായികയെ വൈദ്യർ ആകർഷണീയമായി അവതരിപ്പിക്കുന്നത് നോക്കുക:

“പൂമകളാണെ ഹുസുനുൽ ജമാൽ
പുന്നാരത്താളം മികന്തെ ബീവി
ഹേമങ്ങൾ ബെത്തെപണിച്ചിത്തിരം
ആഭരണകോവയണിന്തെ ബീവി”

പദവിന്യാസംകൊണ്ട് പെണ്ണിനെ നമ്മുടെ മുന്നിലേക്ക് കൊണ്ടുവരുന്നു. ആഭരണം അണിഞ്ഞ് പുന്നാരത്താളത്തിലാണ് വരവ്. പിന്നെ അവളുടെ വേഷം.

“മരതകതുകിലും ഞെറിഞ്ഞുടുത്ത്
മാണിക്യകൈരണ്ടെറിന്ത് വീശി
പരിക്കി തലമുടിയും കുനിഞ്ഞ്
പെരുമാൻ കഴിത്തും ചെരിത്തും കൊണ്ടും”

പച്ചപ്പട്ട് - പുടവ ഞെറിഞ്ഞുടുത്ത്, മാണിക്യം പോലെ മിനുസപ്പെട്ട കൈകൾ അലക്ഷ്യമായി വീശിക്കൊണ്ട്, ചീകി മിനുക്കിക്കെട്ടിയ മുടി, മാനിന്റേതുപോലുള്ള കഴുത്ത് ചെരിച്ച് നോക്കിയും നടന്നുവരുന്നത് നാം കാണുന്നു. കാമുകനെ അന്വേഷിച്ചാണ് വരുന്നത്. അത് കണ്ണിന്റെ കോണുകളിൽനിന്നു കവി അനുമാനിക്കുന്നു.

“പുഞ്ചിരിത്തന്ന നടച്ചായലിൽ
പൂമാനെ തേടി വരവുതന്നിൽ
തഞ്ചങ്ങൾ ജിന്നും മനുവർ കണ്ടാൽ
തൻബോധം കെട്ടുമദുപ്പെടുമെ-”

എന്തൊരു മനോഹരമായ അവതരണം പുഞ്ചിരിച്ചുകൊണ്ട് അരയന്നപ്പക്ഷിപോലെ നടന്നുവരുന്നു. പൂമാനെ കാമുകനെ അന്വേഷിച്ച് ആ സൗന്ദര്യധാമത്തിന്റെ വരവ് കണ്ടാൽ ജിന്നിലും മനുഷ്യരിലുംപെട്ട യുവാക്കൾ ബോധം നഷ്ടപ്പെട്ടു മതിമറന്നുപോകും എന്നാണ് ഭാഷ്യം.

സാധാരണ കഥകളിലെ നായികയെ വർണ്ണിക്കുന്ന രംഗങ്ങൾ ധാരാളമാണ്. എന്നാൽ നായകനിലെ പുരുഷവർണ്ണന വിരളമാണ്. ഈ കൃതിയിൽ മോയിൻകുട്ടി വൈദ്യർ നായകനായ ബദ്റുൽ മുനീറിനെ വർണ്ണിക്കുന്നത് എത്ര കൗതുകകരമാണ്!

“നാമക്കരുത്തൻ ബദറുൽ മുനീർ
നാളുകം ഒത്തെ പുരുഷർ ഇല്ലെ.
താമരപൂക്കും മുഖത്തെക്കണ്ടാൽ
തേനാർ ചിറക്കും പയക്കം കേട്ടാൽ.”

ബദറുൽ മുനീറിന്റെ മുഖം കണ്ടാൽ താമരവിരിയും എന്നാണ് കവി പറയുന്നത്. താമര വിരിയുന്നത് സൂര്യൻ ഉദിക്കുമ്പോഴാണ്. അപ്പോൾ മുനീറിന്റെ മുഖം സൂര്യനോടാണ് കവി ഉപമിക്കുന്നത്. അത് നേരെ പറയുന്നില്ല. സൂര്യൻ എന്ന വാക്ക് പോലും അറിയാതെ കവി മനസ്സിലെ

ഉപമ സാധിച്ചെടുക്കുന്നു. അതാണ് അവതരണത്തിലെ കല. മുനീറിന്റെ സംസാരം കേട്ടാൽ തേൻപുഴ ഒഴുക്ക് നിലച്ചുപോകും. അത്ര മധുരമേറിയതാണ് എന്നു പറയുന്നതിലെ കാവ്യാത്മകത എത്ര ഹൃദയഹാരിയാണ്. വൈദ്യർ ഭാവനാലോകത്ത് ഉന്നതസ്ഥാനീയനാണെന്ന് നമുക്ക് സംശയിക്കേണ്ടതില്ല. വർണ്ണനയിലെ അവസാനത്തെ വരികൾ നോക്കുക.

"സാമീറവാക്കും ധ്വനികൾ രാഗം
സംഗീത കല്യാണിപാടും നാക്കും
കാമിനി ജിൻമനുപൂമാതർകൾ
കണ്ടാൽ മതിമറന്ന് ഇൻസാൽ എത്തും."

മുനീറിന്റെ സംസാരവും ശബ്ദസൗകുമാര്യവും തന്റെ നാവിന്മേൽ സംഗീതദേവത നൃത്തമാടുന്നതാണ്. സംഭാഷണത്തിലെ ചാതുര്യം സംഗീതത്തിലെ രാഗസൗന്ദര്യം മുനീറിന്റെ തേനൂറുന്ന നാവ് അത്രയ്ക്ക് ആകർഷണീയമാണ്. സൗന്ദര്യംകൊണ്ടും നർമ്മസല്ലാപങ്ങൾകൊണ്ടും സംഗീത സാന്ദ്രമായ രാഗം കൊണ്ടും അനുഗൃഹീതനാണ് മുനീർ. ജിന്നു-മനുഷ്യലോകത്തെ യുവതികൾ ഈ സുന്ദരപുരുഷനെക്കണ്ടാൽ അവർക്കുണ്ടാകുന്ന അവസ്ഥ. 'കണ്ടാൽ മതി മറന്നു ഇൻസാൽ എത്തും' എന്നാണ് കവി അത്ഭുതം കൂറുന്നത്. 'ഇൻസാൽ' ആവുക എന്ന അറബിപദത്തിന്റെ അർത്ഥം ഞാൻ ഇവിടെ പറയുന്നില്ല. വായനക്കാർ ചോദിച്ചു മനസ്സിലാക്കുമല്ലോ. ഭാവനാസമ്പന്നവും കലാ കൗതുകം തുളുമ്പുന്നതുമായ ഇമ്പമാർന്ന പാട്ടുകൾ ഉണ്ടായതിന്റെ പൂർവ്വകാല ചരിത്രം ചികഞ്ഞു നോക്കുന്നത് നന്നായിരിക്കും.

ഉത്ഭവം:

അറബിബൈത്തും മലബാറിലെ നാടൻ നാടോടിപ്പാട്ടുകളും കൂടിച്ചേർന്നാണ് മാപ്പിളപ്പാട്ടുകളുണ്ടായതെന്ന അനുമാനത്തിൽ എത്തിച്ചേരാനേ വഴിയുള്ളൂ. അവ രണ്ടിനും ഘടനയിലും ഈണത്തിലും സാമ്യം കാണുന്നുമുണ്ട്. വടക്കൻപാട്ടിലെ ചില വരികൾ പരിശോധിക്കാം.

"ചേട്ടത്തിമക്കളാണെ
കാലത്ത് പാൽ കുടിക്കും
അനിയത്തി മക്കളാണെ
വൈയിട്ടു പാൽ കുടിക്കും."

ഇത് പാടിക്കേട്ടപ്പോൾ എനിക്ക് ഓർമ്മ വന്നത് ഇമാം ബസൂരിയുടെ ബുർദ ബൈത്താണ്.

"ആമിൻതദക്കുരിജി
റാനിൻ ബിദിസ്സലമി
മാസജ്ത്തദം അജറാ
മിൻ മുഖ്ലത്തിൻ ബിദമി."

അറബി ബൈത്തുകൾ ഭാവനാസമ്പന്നവും ശ്രവണ സുന്ദരവുമാണ്. ആ ബന്ധത്തിൽ നിന്നുടലെടുത്ത മാപ്പിളപ്പാട്ടുകൾക്കും ആ ശബ്ദാ

ലങ്കാരഭംഗിയും ഭാവനയും ഉണ്ടാവുക സ്വാഭാവികമാണ്. പരേതനായ സൈനുദ്ദീൻ മഖ്ദൂം പൊന്നാനി കേന്ദ്രമായ വിജ്ഞാനരംഗത്ത് അനർഘ മായ സേവനം നടത്തിയ മഹാനായിരുന്നു. സാഹിത്യലോകത്തിന് അദ്ദേ ഹത്തിന്റെ മഹത്തായ സംഭാവനകളിൽ ഒന്നാണ് 'മംഖൂസ് മൗലൂദ്' അത് ശ്രവണ സുന്ദരവും ഭാവനാസമ്പന്നവുമാണ്. അതിലെ പ്രവാചകനെ അവ തരിപ്പിക്കുന്ന ഭാഗം നോക്കുക.

"അൻ തതത്‌ലഉ ബയ്നനാ
ഫിൽ കവാക്കിബി കൽബുദുർ
ബൽവഅശറഫു മിൻഹുയാ
സയ്യിദീ ഖൈറന്നബീ"

നബിയെ! അങ്ങ് നക്ഷത്രങ്ങളുടെ നടുവിലെ തിങ്കൾപോലെ ഉദയം ചെയ്തിരിക്കുന്നു. പൂർണ്ണപൗർണ്ണമിയെക്കാൾ ശ്രേഷ്ഠമാണ് അങ്ങ്. ഉത്ത മരായ നേതാവേ, അങ്ങ് പ്രവാചകന്മാരിൽ വെച്ചേറ്റവും ശ്രേഷ്ഠരാണ്. പിന്നീട് മറ്റൊരിടത്ത് പറയുന്നു.

"ഇന്ന ബൈത്തുൽ അൻത സാക്കിനുഹു
ലൈസ്മുസ്താജർ ഇലസ്സുറുജി."

തീർച്ചയായും അങ്ങ് താമസിക്കുന്ന വീട്, അതിൽ വിളക്കുകൾ ആവ ശ്യമില്ല. പ്രവാചകന്റെ പ്രഭകൊണ്ട് പരിസരം വെളിച്ചമയമാണ് എന്ന് സാരം. മേൽപ്പറഞ്ഞ വരികളിലെ വർണ്ണനാചാതുര്യവും അലങ്കാര പ്രയോ ഗങ്ങളും മനോഹരമാണ്. പിന്നീടുണ്ടായ മാപ്പിളകവികൾക്ക് ഇത്തരം ബൈത്തുകൾ മാർഗ്ഗദർശനമായിരുന്നു.

മാപ്പിളപ്പാട്ടിന്റെ തുടക്കം

ആദ്യകാല മാപ്പിളപ്പാട്ടുകൾ 'മാലപ്പാട്ട്'കളായിരുന്നു. മതാചാര്യന്മാർ മഹത്തുക്കളുടെ മഹൽ വ്യക്തിത്വങ്ങളുടെയും മഹത്ത്വങ്ങളും അപദാനഗരിമകളും പ്രകീർത്തിച്ചുകൊണ്ടുള്ള ഭക്തിഗാനങ്ങൾ, അഥവാ മദ്ഹ് പാട്ടുകൾ ആയിരുന്നു അവ. ബദർയുദ്ധത്തിൽ മരണപ്പെട്ട രക്തസാക്ഷികളെ അനുസ്മരിച്ചും പ്രകീർത്തിച്ചും കൊണ്ടുള്ള കീർത്തനമാണ് 'ബദർമാല.' ഭക്തിപാരവശ്യം തുളുമ്പുന്ന ഈണമാർന്ന പാട്ടുകളായിരുന്നു അവ. പഴയകാലത്ത് സ്ത്രീകൾ ഉൾപ്പെടെ മിക്ക മാപ്പിളമാർക്കും അത് പാടാൻ വശമായിരുന്നു. അതിന്റെ ഭാവം ശോകാത്മകമാണ്.

"ബിസ്മിയും ഹംദും സ്വലാത്തും സലാമാലും
ബിണ്ടെപിറകെ തുടങ്ങുന്നെൻയാ അള്ളാ
അശ്റഫാദാനെ, സ്വഹാബുൽ ബദർമാല
ആടുവാൻ എന്നിൽ ഉതക്കം ബശങ്ങ് അള്ളാ."

ഭക്തിനിർഭരമായ ഹൃദയത്തോടെ സന്ധ്യാസമയത്ത് മാപ്പിളഗൃഹങ്ങളിൽനിന്നു മാലപ്പാട്ടു കദനരസത്തോടെ പാടുന്നത് കേൾക്കാമായിരുന്നു. അതുപോലെതന്നെ ഇമ്പമാർന്നതാണ് *നഫീസത്ത് മാല* ഈജിപ്തിൽ പുരാതന കാലത്ത് ഭക്തിപ്രഭകൊണ്ടു പ്രശസ്തമായ ഒരു മഹതിയായിരുന്നു നഫീസത്ത് ബീവി. അവരെ പ്രകീർത്തിച്ചുകൊണ്ട് എഴുതപ്പെട്ടതാണ് *നഫീസത്ത്മാല.* ഇതിന്റെ ഇശൽ അതീവ സുന്ദരമാണ്. ഈ ഇശൽ പില്ക്കാലത്ത് ധാരാളം കവികൾ അനുകരിച്ചു പാട്ടുകൾ രചിച്ചിട്ടുണ്ട്. ഈ മനോഹരമായ ഇശൽ നോക്കുക.

ബിസ്മിയും ഹംദും സ്വലാത്തു നെൽസലമും മുന്നെ
ബിള്ളി, നഫീസത്ത് മാല ഞാൻ തുടങ്ങീടുന്നെ
മുശ്ഫി ഉൻ മുഫള്ള ലൂലൻ മുഖദ്ദമുൻ നൂറുള്ളാ
മുസ്വിലുൻ മുഹൈമിനുൻ മുബല്ലിഗുൻ സഅ്ദുള്ളാ

ഈ ഇശൽ അനുകരിച്ചുകൊണ്ടാണ് മാപ്പിളപ്പാട്ടുകളിൽ പുരാതനവും മാപ്പിളമാരുടെ നാക്കിന്റെ തുഞ്ചത്ത് ഒരുകാലത്ത് ഊഞ്ഞാലാടിയിരുന്നതുമായ മനോഹരമായ ഒരു പാട്ട് ഉണ്ടായത്, താഴെ ഉദ്ധരിക്കാം.

"താമരപ്പൂങ്കാവനത്തിൽ താമസിക്കുന്നോളെ
പഞ്ചവർണ്ണപൈങ്കിളിയില് പങ്ക്റങ്കുള്ളോളെ
പൂമുഖം കണ്ടാൽ മതിയോ
പൂതിതീർക്കാൻ കാലമായോ
കാമിനിയടുത്ത് വന്നോ
കാലദോഷം തീർന്നു പോയോ... താമര..."

ഇതിന്റെ കർത്താവ് ആരെന്നോ, രചനാകാലം ഏതെന്നോ ആർക്കും അറിയില്ല. എന്നാൽ ഇരയിമ്മൻ തമ്പിയുടെ,

"ഓമനത്തിങ്കൾ കിടാവോ- നല്ല
കോമളത്താമരപ്പൂവോ?
പൂവിൽ നിറഞ്ഞ മധുവോ നല്ല
പൂർണ്ണേന്ദു തന്റെ നിലാവോ."

എന്ന പാട്ടിന് ഭാഷ സാഹിത്യത്തിൽ ഉണ്ടായിരുന്ന പ്രചാരം മേൽ പറഞ്ഞ പാട്ടിന് മാപ്പിളപ്പാട്ടു ലോകത്തുണ്ടായിരുന്നു.

മാലപ്പാട്ടുകളിൽ പുരാതനവും മാപ്പിളപ്പാട്ടുകളിൽ അറിയപ്പെടുന്നതിൽ ആദ്യത്തേതുമാണെന്നു കരുതിപ്പോരുന്ന പാട്ടാണ് *മുഹിയുദ്ദീൻ മാല*. ഇറാനിൽ ജനിക്കുകയും ഇറാഖിൽ ജീവിക്കുകയും ചെയ്ത മഹാനായ സൂഫി ശൈഖ് ആയിരുന്നു മുഹിയദ്ദീൻ അബ്ദുൽ ഖാദർ ജിലാനി. സുഫീശൈഖന്മാരിൽ ഏറ്റവും പ്രാമാണികമായ സ്ഥാനമായിരുന്നു അദ്ദേഹത്തിനുണ്ടായിരുന്നത്. *മുഹിയുദ്ദീൻ* മാലയുടെ കർത്താവ് തന്നെ "ശൈഖന്മാർക്കെല്ലാക്കും ഖുത്തുബായി വന്നോവർ" എന്നാണ് ശൈഖിനെ വിശേഷിപ്പിക്കുന്നത്. ഏതാണ്ടു നാനൂറിൽപ്പരം കൊല്ലങ്ങൾക്കു മുമ്പ് കോഴിക്കോട് ഖാളി മുഹമ്മത് എന്ന പണ്ഡിതനായിരുന്നു *മുഹിയുദ്ദീൻ മാല*യുടെ കർത്താവ്. കവി തന്നെ അത് വ്യക്തമാക്കുന്നു.

കണ്ടൻ അറിവാളൻ കാട്ടിതരും പോലെ
ഖാളിമുഹമ്മതാതെന്നു പേരുള്ളോവർ
കോഴിക്കോട്ടുത്തുറ തന്നിൽ പിറന്നോവൻ
കോർവയതൊക്കെയും നോക്കി എടുത്തോവർ.

കവിതയുടെ രചനാകാലവും അദ്ദേഹം തന്നെ കൃതിയിൽ വ്യക്തമാക്കുന്നുണ്ട്.

"കൊല്ലം എഴുന്നൂറ്റി, എൺപത്തി രണ്ടിൽ ഞാൻ
കോർത്തേൻ ഇമ്മാലെനെ നൂറ്റമ്പത്തഞ്ചുമ്മൽ
മുത്തും മാണിക്കവും ഒന്നായിക്കോർത്ത പോൽ
മുഹിയുദ്ദീൻ മാലെനെ, കോർത്തേൻ ഞാൻ ലോകരെ."

കൊല്ലവർഷം എഴുന്നൂറ്റി എൺപത്തിരണ്ടിൽ നൂറ്റി അമ്പത്തഞ്ച് ശ്ലോകങ്ങളായി ഈ മാലപ്പാട്ടിനെ ഞാൻ കോർത്തുണ്ടാക്കി. മാലയിൽ

മുത്തും മാണിക്കവും ഒന്നായി കോർത്തിണക്കും പോലെയാണ് ഇതിന്റെ രചന എന്നാണ് പറയുന്നത്. ഈ പാട്ടിന്റെ മഹത്ത്വം കവി തുടർന്നു പറയുന്നു,

"പാലിലെ വെണ്ണ പോൽ ബൈത്താക്കിച്ചൊല്ലുന്നോർ
പാക്കിയം ഉള്ളോവർ, ഇതിനെ പഠിച്ചോവർ."

പാലിൽനിന്നു വെണ്ണ കടഞ്ഞെടുക്കുന്നതുപോലെ ഈ പാട്ടിന്റെ ആന്തര ചൈതന്യം അറിഞ്ഞു പഠിക്കുന്നവർ ഭാഗ്യവാന്മാരാണ് എന്നാണ് കവിയുടെ പ്രസ്താവന.

ശൈഖിന്റെ മദ്ഹ് (മഹത്ത്വം) കവി വർണ്ണിക്കുന്നത് നോക്കുക.

"ആകാശത്തിന്മെലും ഭൂമിക്ക് താഴെയും
അവരുടെ കൊടിനീളം, അത്തിരെയുള്ളോവർ
വല്ലെനിലത്തിനും എന്നെ വിളിപ്പോർക്ക്
വായ് കൂടാ ഉത്തിരം ചെയ്യും ഞാനെന്നോവർ"

പ്രപഞ്ചം മുഴുവനും ശൈഖിന്റെ കീർത്തി പരന്നുകിടക്കുന്നു. എവിടെനിന്നും ആര് തന്നെയും സഹായം അഭ്യർത്ഥിച്ചാൽ അവർക്കെല്ലാം അദ്ദേഹം നിവാരണം ചെയ്തുകൊടുക്കുന്നതാണ് എന്നുസാരം.

*മുഹിയുദ്ദീൻ മാലയു*ടെ കർത്താവായ ഖാളി മുഹമ്മദും, ഭാഷ പിതാവ് തുഞ്ചത്ത് എഴുത്തച്ഛനും ഏതാണ്ടു സമകാലികന്മാരായിരുന്നു. എഴുത്തച്ഛന്റെ *അദ്ധ്യാത്മരാമായണം കിളിപ്പാട്ടു* ഭക്തി നിർഭരവും ആസ്വാദ്യകരവുമാണ്. ശ്രീരാമന്റെ മാഹാത്മ്യവും ദിവ്യചൈതന്യവുമാണല്ലോ അതിലെ പ്രതിപാദ്യം. മുഹിയുദ്ദീൻ മാലയും ഗാനാത്മകമായ ഭക്തിഗാനം തന്നെയാണ്. *രാമായണം* കിളിപ്പാട്ടു *മുഹിയുദ്ദീൻ മാലയു*ടെ ഇശലിൽ അഥവാ രീതിയിൽ പാടാവുന്നതാണ്.

"നാളെ പുലർകാലെ പോകുന്നതുണ്ടു ഞാൻ
നാളീക നേത്രനെ കൊണ്ടിങ്ങ് പോരുവാൻ
ഞാനും ഭവാനും അരുന്ധതിദേവിയും
നാനാപുരവാസികളും അമാത്യരും."

രാമായണം കിളിപ്പാട്ടിൽ യുദ്ധകാണ്ഡത്തിൽ കുംഭകർണ്ണൻ രാവണനെ ഉപദേശിക്കുന്ന ഒരു ഭാഗം താഴെ ചേർക്കുന്നു. അതും *മുഹിയുദ്ദീൻ മാലയു*ടെ ഇശലിൽ പാടാവുന്നതാണ്.

"മൂഢരാം മന്ത്രികൾ, ചൊല്ലു കേട്ടീടുകിൽ
നാടും ആയുസ്സും കുലവും നശിച്ചുപോം
അഗ്നിയെക്കണ്ട് മോഹിച്ചു ശലഭങ്ങൾ
മഗ്നരായഗ്നിയിൽ വീണു മരിക്കുന്നു
മത്സ്യങ്ങളും രസ, ത്തിഹ്കൽ മോഹിച്ചുചെ
ന്നത്തൽപ്പെടുന്നു, ബളിശംഗ്രസിക്കയാൽ
ആഗ്രഹമൊന്നിങ്ങ, ലോറിയാലാപത്തു
പോക്കുവാനാവ, തല്ലാതവണ്ണംവരും."

രാവണനോടു കുംഭകർണ്ണൻ പറയുന്നത് "അത്യാഗ്രഹമാണ് എല്ലാ

ആപത്തുകളും വരുത്തിവെക്കുന്നത്. ശലഭങ്ങൾ തീയിലും മത്സ്യങ്ങൾ ചൂണ്ടലിലും ചെന്നു കുടുങ്ങുന്നത് ഈ അതിമോഹംകൊണ്ടാണ്. രാവണനും അബദ്ധത്തിൽ ചാടിയത് ദുരാഗ്രഹം കൊണ്ടാണ്. മൂഢരായ മന്ത്രിമാരുടെ ഉപദേശം കേട്ടാൽ ഉണ്ടാകുന്ന ആപത്തുകൾ ഇപ്രകാരമാണ്." ഇത് ഏത് കാലത്തേക്കും പ്രസക്തമായ ഒരു പരാമർശമാണ്. മേൽപ്പറഞ്ഞ രണ്ടുകവികളുടെയും വിഷയത്തിലും ഭക്തിപാരവശ്യത്തിലും ശൈലിയിലും ഈണത്തിലും കാണുന്ന സാദൃശ്യം യാദൃച്ഛികമാണോ എന്നു പഠിക്കേണ്ടതാണ്.

*മുഹിയുദ്ദീൻ മാല*യ്ക്ക് ശേഷം ഉണ്ടായ മറ്റൊരു കൃതിയാണ് *കപ്പപ്പാട്ട്*. ഏതാണ്ട് മുന്നൂറിൽപ്പരം കൊല്ലങ്ങൾ പഴക്കമുണ്ട് ആ കൃതിക്ക്. രസിക ശിരോമണി കുഞ്ഞായിൻ മുസലിയാരായിരുന്നു അതിന്റെ കർത്താവ്. തമിഴുചുവയുള്ള പ്രാചീന ഭാഷയിലാണ് അദ്ദേഹം *കപ്പപ്പാട്ട്* എഴുതിയത്. അദ്ദേഹം ഭക്തനും ദാർശനിക ചിന്തകനുമായിരുന്നു. മനുഷ്യശരീരത്തെ ഒരു പായക്കപ്പലായും ആത്മാവ് അതിൽ സഞ്ചരിക്കുന്ന യാത്രക്കാരനായും ജീവിതം, കപ്പലിന്റെ സഞ്ചാരമായും സങ്കല്പിക്കുന്നു. ആത്മാവിനെ വഹിച്ചുകൊണ്ടുള്ള ആ കപ്പൽ അതിന്റെ ലക്ഷ്യസ്ഥാനത്ത് എത്തണമെങ്കിൽ ദൈവസ്മരണയാകുന്ന ഇന്ധനം കപ്പലിൽ നിറയ്ക്കണം എന്നാണ് അദ്ദേഹം സമർത്ഥിക്കുന്നത്. ഭക്തിസാന്ദ്രമായ കാവ്യത്തിന്റെ തുടക്കം സദുപദേശങ്ങളാണ്.

"നായൽ എന്നുന്നീ നടപ്പോവർ എല്ലാം
നന്നായ് നിനന്ത് മനം ഓർത്ത് കാമീൻ
മായം ഒശിത്ത് മനം ഓർത്ത് കണ്ടാൽ
മന്തം ഒശിത്തേറ്റം മുന്തി നടക്കാം
കായം മൂശുത്തെ കുറന്തുള്ളെ ചിന്താ
കാലാകളങ്കം ഒശിത്ത് തുളുങ്കും
ചായൽ ഒരു കപ്പൽ ഉണ്ടു നമുക്ക്
ചാഞ്ഞുള്ള പാണ്ടിചാണൊമ്പതനിളം."

താൻ പ്രവർത്തിക്കുന്നതെല്ലാം ശരിയെന്ന് കരുതി നടക്കുന്നവർ ശരിക്കും ആത്മപരിശോധന നടത്തണം. ഹൃദയത്തിലെ മാലിന്യങ്ങൾ നീക്കം ചെയ്യുന്നവരാണ് നല്ല മനുഷ്യർ. ചീത്ത ചിന്തകളാണ് കളങ്കം ഉണ്ടാക്കുന്നത്. നമ്മുടെ ശരീരമാകുന്ന കപ്പൽ ആത്മാവിനെ ലക്ഷ്യത്തിലെത്തിക്കാൻ ശ്രദ്ധിക്കണം. ഇങ്ങനെ പോകുന്നു ആദ്ധ്യാത്മിക ചിന്തകൾ. ജീവിതനൗക ശരിയായ വഴിയിലൂടെ സഞ്ചരിച്ച് ലക്ഷ്യസ്ഥാനത്ത് എത്തിച്ചേർന്നാൽ കൈവരുന്ന സ്വർഗ്ഗരാജ്യത്തിലെ സൗഭാഗ്യങ്ങളാണ് കാവ്യത്തിന്റെ അവസാനഭാഗത്ത് അദ്ദേഹം വിശദീകരിക്കുന്നത്.

"താമരപ്പൂക്കുടൽ ഒന്നുണ്ട് വേറെ
നാരചിലക്കേറ്റിവജ്ജീരം വെച്ച്
യേമപടലം മുറിച്ചോടിചെന്നാൽ
യെങ്കിലൊനല്ലെ തുറകണ്ടുതാത്താം

കാമാൻ തുറങ്കെട്ടു തോരണം പോലൊ
കന്നിമാർ വന്നുഞ്ചൽ കൊണ്ടാടുപോലൊ
കേമം വിരുന്നും കനിയുണ്ട് പോലൊ
കോരിക്കുടിപ്പാൻ നാലാറുണ്ട് പോലൊ
പാലാറും തേനാറും നീരാറും പോലൊ
പാട്ടൂൽ ഒഴുകുന്ന കള്ളാര് പോലൊ
ബാലത്തിമാർവന്ന് നീരാടും പോലൊ
ബകനല്ലെ കട്ടിൽ വിരിപ്പുണ്ട് പോലൊ."

ജീവിതത്തിലെ പ്രതിബന്ധങ്ങൾ അതിജീവിച്ചു മോക്ഷം കൈവന്നിരിക്കുന്നവർക്ക് സ്വർഗ്ഗത്തിൽ അനുഭവിക്കാൻ സാധിക്കുന്ന സുഖസൗകര്യങ്ങൾ ചിത്രീകരിക്കുന്നത് രസകരം തന്നെ.

കുഞ്ഞായൻ മുസലിയാരുടെ ഏതാണ്ട് സമകാലികനായിരുന്നു പൂന്താനം നമ്പൂതിരി. അദ്ദേഹം രചിച്ച *ജ്ഞാനപ്പാന* എന്ന ദാർശനിക കാവ്യം പലവിധേനയും കപ്പപ്പാട്ടിനോട് സാമ്യം കാണുന്നുണ്ട്. ഭക്തി സാന്ദ്രമായ പ്രമേയത്തിൽ മാത്രമല്ല രീതി (വൃത്തം)യിലും യോജിപ്പു ഉള്ളതായി കാണുന്നു. മനുഷ്യഹൃദയത്തെ പിടിച്ചു കുലുക്കി പരലോക ചിന്തയിൽ ലയിപ്പിക്കുന്നതാണ് പൂന്താനത്തിന്റെ കൃതിയുടെ മാഹാത്മ്യം.

"രണ്ടുനാലു ദിനം കൊണ്ടൊരുത്തനെ
തണ്ടിലേറ്റി നടത്തുന്നതും ഭവാൻ
മാളിക മുകളേറിയ മന്നന്റെ
തോളിൽ മാറാപ്പ് കേറ്റുന്നതും ഭവാൻ."

മേൽ ഉദ്ധരിച്ച കൃതികളും കാര്യങ്ങളും പരിശോധിക്കുമ്പോൾ ഭാഷാ സാഹിത്യകൃതികളും മാപ്പിളപ്പാട്ടു കാവ്യങ്ങളും ഒരേ മാർഗ്ഗത്തിൽ സഞ്ചരിക്കുന്നതായി കാണാം.

കുഞ്ഞായിൻ മുസലിയാർക്ക് ശേഷം മാപ്പിളപ്പാട്ടുരംഗത്ത് കവികളുടെ വേലിയേറ്റം തന്നെയുണ്ടായി. ചെറുതും വലുതുമായ നിരവധി വാക്യങ്ങൾ മാപ്പിളമലയാള ഭാഷയ്ക്ക് മുതൽക്കൂട്ടായി. കവികളുടെ പേരുവിവരങ്ങളും അവരുടെയൊക്കെ ഏതാനും വരികളും ഇതിൽ പ്രതിപാദിക്കാൻ പുസ്തകദൈർഘ്യം ഭയന്നു ഞാൻ മുതിരുന്നില്ല. അക്കാലത്തെ മാപ്പിളക്കവികൾക്ക് പാട്ടുകൾ രചിക്കാൻ വിഷയദാരിദ്ര്യം ഉണ്ടായിരുന്നില്ല. ചുറ്റുപാടുകളിൽ കണ്ടതും കിസ്സകളിൽനിന്ന് കേട്ടതും ചരിത്രത്തിൽ നിന്നു കിട്ടിയതും മാത്രമല്ല പ്രകൃതിയിലെ പ്രതിഭാസങ്ങൾപോലും അവർക്ക് കാവ്യരചനയ്ക്ക് വിഷയങ്ങളായിരുന്നു. സംഭവകഥകളും കാല്പനിക കഥകളും എന്നുവേണ്ട അറബിക്കഥകളിലേതുപോലെ ഭാവനാലോകത്ത് ഉദിക്കുന്നതെന്തും പാട്ടാക്കി മാറ്റാൻ കവികൾക്ക് കഴിഞ്ഞിരുന്നു.

കല്യാണപ്പാട്ട്, കാളപൂട്ട്, നായാട്ട്, സർക്കീട്ട്, വെള്ളപ്പൊക്കം മുതലായവയെ പ്രതിപാദിക്കുന്ന പാട്ടുകൾ കത്ത്പാട്ടും കിസ്സപ്പാട്ടും കെസ്സ് പാട്ട്, പടപ്പാട്ട് തുടങ്ങി പല വിഷയങ്ങളും പാട്ടുകളാക്കിയിരിക്കുന്നു.

വിവിധ തരത്തിലുള്ള പാട്ടുകൾ

കല്യാണപ്പാട്ട്:

പണ്ടുകാലത്ത് മാപ്പിളമാരുടെ കല്യാണ സദസ്സുകൾക്ക് ഒരലങ്കാരവും മിഴിവും ആയിരുന്നു കല്യാണപ്പാട്ട്. പുതിയാപ്പിള വരുമ്പോൾ ത്തന്നെ 'വഴിനീളം' പാടിക്കൊണ്ടാണ് പാട്ടുകാർ അകമ്പടിയായിരുന്നത്. പുതിയാപ്പിളയെയും സംഘത്തെയും പെൺവീട്ടുകാർ പാട്ടുപാടിയും ബൈത്ത് ചൊല്ലിയും എതിരേല്ക്കുക പതിവായിരുന്നു.

കല്യാണപ്പന്തലിലെ പുരുഷന്മാരുടെ പാട്ടിന്ന് വട്ടപ്പാട്ട് എന്നും സ്ത്രീകൾ വട്ടത്തിൽ ഇരുന്നു കൈകൊട്ടി പാടുന്നതിനെ കൈമുട്ടിപ്പാട്ട് എന്നുമാണ് പറഞ്ഞിരുന്നത്. അതിന് പുറമേ പന്തലിൽ കാണുന്ന ഒരലങ്കാരമാണ് ഒപ്പന. ആണുങ്ങൾക്കും പെണ്ണുങ്ങൾക്കും വേറെ വേറെ ഒപ്പന ഉണ്ടായിരുന്നു. പെൺ ഒപ്പന ഇന്നും കല്യാണപ്പന്തലിലും യുവജനോത്സവങ്ങളിലും സജീവമാണ്. ഒരു പഴയ ഒപ്പനപ്പാട്ട് താഴെ ഉദ്ധരിക്കാം. പൊന്നാനിക്കാരനായിരുന്ന ഒ കെ കുഞ്ഞിമുഹമ്മദ് എഴുതിയ മനോഹരമായ ഒരു ഒപ്പനപ്പാട്ട്.

ഇശൽ ചങ്ങലാൽ

''ആദിഹം ദൂടയാ പെരിയോനെ
അടവോർക്കിടതരും പുരാനെ
നിദറന്ന ബിദിൻ ഫുർഖാനെ
നസലായ് ഇഹമിൽ റഹ്മാനെ
നിദിശം സുദി അസ്തമിലുള്ളെ
ബിരുദർ വിശുവാസമെ കൊള്ളെ
ആദരതിരുതുതർ നബിക്ക്
അസ്സലാത്തും സലാമും ശരിക്ക്."

ഇശൽ ഒപ്പനചായൽ

"സാരമേറിയ മംഗലത്തിൽ ആരമാമണിമാരനെന്നെ
താമരക്കണ്ണും മുഖം- മൊഞ്ചോമന പൂമാരനെന്നെ
കാരുണോർ ആകെ സ്തുതിക്കും കൺകുളിർ മാമാരനെന്നെ
കൗതുകത്താൽ കത്തിലങ്കും കാണുവാൻ ഈ മാരനെന്നെ."

ഇശൽ: ഒപ്പന മുറുക്കം

"നവരത്നപുതുമാരൻ ഇതാ വരുന്നെ
നാരിമാർ അണയുവാൻ നിക്കാഹും ചൊന്നെ
ചൊന്നവിടം ബഹുമാനമിൽ ആടി
മന്നവൻ ആ കല്യാണമിൽക്കൂടി
നിന്നിട്ടും ഏറെ നശീദയും പാടി
പാടും പാട്ടതിൻ രാഗം അനേകനേകം
പറ്ഹാറ്റ് കുളൽ ദാറിൽ അണഞ്ഞുവേഗം
വേഗം വിരിപ്പുകളും തബക്കോറാ
ജോഗമിൽ വെത്തധികം കുടിനിര
സുമുറാലെ മുഖം എത്തി സഭക്കാരിലെ
സുന്നാരം ഖൊഷിപങ്ക വലിവീശാലെ."

ഇശൽ: കല്യാണപ്പന്തൽ

"മണ്ടകത്ത് മംഗലപൂമാരനും ബന്താനെ
മങ്കിടാതന്മായി വന്നു മാനിദം കണ്ടാനെ
ചെണ്ട് പൂട്ടിച്ചിത്തിര പൊൻമോതിരം കൊണ്ടാനെ
ചൊല്ലിരാഗം മല്ലികപൂബല്ലികൾ നിണ്ടാനെ
ഉണ്ടതിൽ കസ്തൂരിഹമ്പർ വീശിടും വിശെഷാ
ഓമനിക്കും പൊൻ അമൃതമാലത് സന്തോഷ
വിണ്ടിടും വന്നൊപ്പന കണ്ടെന്തൊരു മിനുസ
ബീവിമാർ അരിമാമലർ എറിഞ്ഞിടും തമാശ
പഞ്ചവർണ്ണനാരിയാളിൽ മൊഞ്ചുടെ പൂമാരൻ
പത്തരമാറ്റൊത്തെ തങ്കം പൊൻചുടർപൊൻ മാരൻ"

മേൽ ഉദ്ധരിച്ചത് ഒരു ഉദാഹരണം മാത്രമാണ്. ഒപ്പനപ്പാട്ടുകളുടെ എണ്ണവും, വണ്ണവും നിരത്തിവെക്കാൻ കഴിയുന്നതല്ല. മുൻകാലത്ത് "പാട്ടുകാരത്തികൾ" എന്നാണ് പാടുന്ന സ്ത്രീകളെ വിളിച്ചിരുന്നത്. സംഘമായിട്ടാണ് അവർ പാടിയിരുന്നത്. കൈകൊട്ടിയും കിങ്ങിണിമുട്ടിയും അതിമനോഹരമായ ഈണത്തിൽ ഉച്ചത്തിൽ പാടുന്നതിനെ പന്തലിലെ കല്യാണ അതിഥികൾ നിശ്ശബ്ദമായി ഇരുന്നു കേൾക്കുമായിരുന്നു. ഇനി നമുക്ക് തികച്ചും വ്യത്യസ്തമായ ചില ശാഖകൾ പരിശോധിക്കാം

കാളപൂട്ട്

ഏറനാട്ടിലെ കർഷകരുടെയും കർഷകത്തൊഴിലാളികളുടെയും ആഹ്ലാദകരമായ ഒരു വിനോദമായിരുന്നു കാളപൂട്ട്. അവരുടെ വേനല്ക്കാല ഉത്സവം. ഹരം പകർന്ന കാളപൂട്ടു മത്സരങ്ങൾ അത്യാവേശത്തോടെയാണ് നടത്താറ് പതിവ്. അതും മാപ്പിളക്കവികൾക്ക് പാട്ടു രചിക്കാൻ വിഷമം തന്നെ. കാളപൂട്ടുമത്സരം നേരിൽക്കാണുന്ന പ്രതീതിയാണ് പുലിക്കോട്ടൽ ഹൈദറിന്റെ കാളപൂട്ട് അവതരണം. നോക്കുക.

ഇശൽ: പൂത്ത്, പൂത്ത്

"കാളപൂട്ടന്റെ തിശയം പലരുമെ പറഞ്ഞെ ചേതി
എന്റെ കാലിയെക്കൊണ്ടൊരു ദിനം ഞാൻ ചെന്നണഞ്ഞെ പുതി
ആള് എണ്ണം അനവധിയുണ്ട്
ആകെ വീതി അതിലൊരുകുണ്ട്
കിളെവെള്ളം ചളിയതിലുണ്ട്
കാളകൾ മറ്റനവധിയുണ്ട് - കന്ന്
ഒരു ജോഡി തെളിച്ചുകടന്ന്
വടിയുള്ളവരെക്കയും വന്ന് - നുകം
വെച്ച്, അമച്ച്, കെണിച്ച് തണിച്ച്
നേര് മൂലന്റെത് വരെ വടിവെച്ചുരച്ച് കേറ്റി
കന്നിനെ നീർന്ന് മണ്ടാൻ ഇടം കൊടുക്കാതെ ജനങ്ങൾ പാറ്റി
(കാള...)"

കാളപൂട്ട് നേരത്തെ തുടങ്ങും, വൈകുന്നേരം വരെ നീണ്ടു നില്ക്കും ഒന്നിനൊന്നു മെച്ചം എന്ന നിലയിൽ കാളജോഡികളെ ഇറക്കി മത്സരം ഹരം പിടിപ്പിക്കും. കാണികളിൽ പ്രധാനികൾ ഏറ്റവും നല്ല ജോഡികളെ തിരഞ്ഞെടുക്കും. പൂട്ടിക്കാരനും സമ്മാനത്തിനർഹനാണ്. പട്ടും വളയുമായിരുന്നു പഴയ കാലത്തെ സമ്മാനങ്ങൾ. ഇന്നു കൃഷിയും കർഷകത്തൊഴിലാളിയും കാർഷികോത്സവങ്ങളും ഒക്കെ കാലഹരണപ്പെട്ടുകൊണ്ടിരിക്കുന്നു. സ്ഥിതിയാണ് നാം കാണുന്നത്.

നരിനായാട്ട്

പുലിക്കോട്ടിൽ ഹൈദർ തന്നെയാണ് പ്രശസ്തനായിരുന്ന നരിനായാട്ടു പാട്ടിന്റെ രചയിതാവ്. അദ്ദേഹത്തിന്റെ ഈ കൃതി ഒരുകാലത്ത് ഏറനാട്ടിലെ മാപ്പിളമാരുടെ ഹരമായിരുന്നു. അതിന്റെ ഓരോ ഈരടികളും ആസ്വാദ്യകരമാണ്. അത് പാടാൻ മിക്ക മാപ്പിളമാർക്കും അറിയാമായിരുന്നു. പാടിപ്പറയുക എന്ന ഒരു പ്രസ്ഥാനം അന്ന് നടപ്പുണ്ടായിരുന്നു രാത്രികാലങ്ങളിൽ മാപ്പിളമാർ ഏതെങ്കിലും പീടികക്കോലായിൽ അല്ലെങ്കിൽ ഏതെങ്കിലും പൊതുസ്ഥലത്ത് ഒത്തുകൂടി രണ്ടാളുകൾ പാട്ടുപാടി ഒരാൾ ആഖ്യാനം പറഞ്ഞ് ആസ്വദിക്കുന്ന സമ്പ്രദായം ഇന്നത്തെ കഥാപ്രസംഗത്തിന്റെ ഒരു പഴയ പതിപ്പ് അതിലെ പ്രതിപാദ്യം പ്രധാ

നമായും പടപ്പാട്ടുകളായിരുന്നു. ബദൽ, ഒഹ്ദ്, ഖന്തഖ് തുടങ്ങിയ ഇസ്ലാമിക ചരിത്രത്തിലെ വീരോജ്ജ്വലമായ യുദ്ധങ്ങൾ അഥവാ ഏറ്റുമുട്ടലുകൾ, അതിലെ ആവേശകരമായ രംഗങ്ങളുടെ വർണ്ണനകൾ വികാരപരമായി പാടി പറയുമായിരുന്നു. അത് മാപ്പിളമാർക്ക് സാഹസികവികാരങ്ങൾ ഉണ്ടാക്കുവാൻ പര്യാപ്തമായിരുന്നു. ഈ പടപ്പാട്ടുകളിൽനിന്നുണ്ടായ ആവേശം ആയിരിക്കാം പുലിക്കോട്ടിൽ ഹൈദറിനെ സാഹസികമായ നരിനായാട്ട് എന്ന സംഭവകഥ പാട്ടിലൂടെ അവതരിപ്പിക്കാൻ പ്രേരിപ്പിച്ചത്. അതിന്റെ തുടക്കം നോക്കൂ.

ഇശൽ-കൊമ്പ്

“പൂരിമഞ്ചെരിയും മേലാക്കവും രണ്ടായ് പിരിഞ്ഞിട്ട്
പൂർവ്വികം അവർ തമ്മിൽ എതിരായിട്ടു ഇത്വരെ
പൊടിപാറ്റി കഴിച്ചുവന്നിടൈ നായാട്ടു
ഇരുസംഘങ്ങളും തമ്മിൽ എതൃത്ത് മത്സരം മൂത്ത്
ഇരിക്കുമ്പോൾ അത് മദ്ധ്യയം പറഞ്ഞുതീർത്ത് - ഒരു കുറി
ഇണങ്ങിക്കൊണ്ടൊരു വേട്ട കഴിപ്പാൻ ഒത്ത്”

മഞ്ചേരിക്കാരും മേലാക്കത്ത്കാരും തമ്മിൽ വളരെക്കാലമായി മത്സരിച്ചു നായാട്ടു കഴിഞ്ഞിരുന്നു. എന്നാൽ ഒരുതവണ അവർ രണ്ടുകൂട്ടരും യോജിച്ചുകൊണ്ട് ഒരു നായാട്ടു കഴിക്കാൻ തീരുമാനിച്ചു.

നായാട്ടിന്ന് ഒരുങ്ങിവന്നവരും വടി, കത്തി, കുന്തം, തോക്ക് തുടങ്ങിയ ആയുധങ്ങളും വേട്ടമൃഗങ്ങളും എല്ലാം കൂടിയുള്ള അങ്കപ്പുറപ്പാട്, മോയിൻകുട്ടി വൈദ്യരുടെ ‘ബദർ’ പടപ്പാട്ടിൽ ഖുറൈശിത്തലവനായ അബുജാഹലും സംഘവും യുദ്ധത്തിന് പുറപ്പെടുന്ന രംഗത്തെ അനുസ്മരിപ്പിക്കുന്ന, ഹൈദറിന്റെ ആവേശകരമായ അവതരണം കാണുക.

ഇശൽ: പുറപ്പെട്ട ബുജാഹിൽ

“എത്തിവടികത്തിയും, കുന്തവും തോക്കുകളും പലെ
ആയുധമേന്തി
ഏറ്റം മൃഗങ്ങൾ കുടിക്കണെ ബിസ്കിയും പാണ്ടുനുമെ
കൊടിയനും - കുക്കുകൾ യേളും - കരടിയും
ചോക്കനും കാളും - കയറ് പിടിക്കണെ ആളും
സ്ഥലമതി ലേശി - പല ദിക്കുകാരക്കയും തിക്കിനിലക്കവതായ്
ഉത്താൽ മൂടിയാജനം, നായരും തിയ്യരും മാപ്പിളയും ചെറുമക്കൾ.
ഉണ്ടുപലെ ജാതികളും ചതുർഭാഗവും വന്നണവായി
മുസ്ലിയാർ എന്നൊരു കുന്നു തെളിയിക്കുവാൻ
മുന്നമെ അന്ന് - കടവതിൽ - ചെന്നവർ നിന്ന്
ഖബറതിൽ - ഊക്കാൽ ശുജഹത്തിൽ
കളിത്ത്, പുളത്ത് തെളിത്തിടലായ്.”

അത്യാഹ്ലാദത്തോടുകൂടി കളിച്ചും രസിച്ചും കാട് തെളിക്കുന്നതിനി

ടയിൽ അപ്രതീക്ഷിതമായി അതിഭീകരമായ ഒരു പുള്ളിപ്പുലി പുറത്തേക്ക് ചാടി, പ്രത്യാക്രമണം നടത്താൻ ശൗര്യം കാട്ടി. ഒന്ന് മുരണ്ടു. കരുത്ത നായ ചോയി നരിയെ നേരിടുന്നു.

ഇശൽ: ഇരിന്ത് നെടിൻകളെ

"കരുത്തനാം ചോയി തരിത്തിട്ടെ
ക്ഷണം അടുത്തിട്ടെ, അപ്പോൾ ചിനത്തിട്ടെ
കടു കണ്ണുരുട്ടി പല്ലിളിത്തിട്ടെ തൊള്ള
പൊളിത്തിട്ടെ ചാടിക്കടിത്തിട്ടെ."

തുടർന്നു നരിയും ചോയിയും തമ്മിൽ നടക്കുന്ന ദ്വന്ദ്വയുദ്ധം കവി വരച്ചു കാണിക്കുന്നു. ഭീകരമായ രംഗങ്ങൾ, യുദ്ധവർണ്ണനയുടെ ചടുലത ചിത്രീകരിക്കുന്നത് വികാരനിർഭരമാണ്.

ഇശൽ: മുഹിബ്ബ്നൂർ

"കടിത്തിടും പൊളുതവൻ കടുമയിൽകുന്തം
എടുത്ത് കുത്തിടൈ അത് പലിത്തിടാതുടൻ
കരുത്തിനാൽ ചാടിപ്പിടിത്ത് കുന്തവും
മുറിത്തതി ഒളബാൽ - കമർന്നതായ്
കടുകഠിനമിൽ കടി അടിപിടിയോട് വിടാ
തെടുത്ത് തായവുമെ-സകലവും - തടുത്ത് ചോയിയുമെ."

നരിചാടി കടിച്ചപ്പോൾ ചോയി കുന്തംകൊണ്ട് കുത്തി, പക്ഷേ, അത് ഫലിച്ചില്ല. നരി ശക്തിയായി ചാടിക്കടിച്ചു. ആ കുന്തം തന്നെ മുറിച്ചു കളഞ്ഞു. നരി കടിക്കുകയും ചോയി വടികൊണ്ട് അടിക്കുകയും ചെയ്തു കൊണ്ട് ഏതാനും സമയം കടന്നുപോയി. ചോയി നരിയുടെ ആക്രമണങ്ങളെ എതിർത്തും തായം പിടിച്ചും മാറിയും മറിഞ്ഞും നരിയെ നേരിടുന്നു. ഇതു കണ്ട് ചോയിയുടെ ജ്യേഷ്ഠൻ അയ്യപ്പൻ കുന്തവുമായി അടുത്ത് കുത്തിയും അടിച്ചും രണ്ടാളും കൂടി നരിയെ നേരിടുന്നു. കവി തുടരുന്നു.

"ചൊടിഞ്ഞ വേളയിൽ കുതികുതി അയ്യപ്പനും
അടുത്ത് കുത്തിയും തുടങ്ങിടൈളറമ്പുകൾ
ചുറഞ്ഞ് രണ്ടരും കെറഞ്ഞ് വേണ്ടപോൽ
കെണിഞ്ഞു നീണ്ടതിനാൽ - പുലിപലെ-
സ്വരം കൊടു, കൊടുമയിൽ ഇടിപടി ഇടൈ ഒരു
പൊരുത്തസദ്ദവുമെ-നരർ അത്
തരിത്തെ മദ്ധ്യയമെ."

രണ്ടാളും കൂടി നരിയെ കീഴ്പ്പെടുത്താൻ കിണഞ്ഞു പരിശ്രമിക്കുകയാണ്. പുലി പലേ തരത്തിലുള്ള ശബ്ദങ്ങളും പുറപ്പെടുവിക്കുന്നതിന്നിടയിൽ ഇടി വെട്ടുന്ന ഉച്ചത്തിൽ ഒരു ശബ്ദം കേട്ടു. അതിന്നിടയിൽ അണ്ടിക്കാട്ടുൽ മമ്മത് എന്ന കുന്തക്കാരനെ നരി ചാടിക്കടിച്ചു.

തല പൊട്ടി അദ്ദേഹം മരിച്ചു.

ഇശൽ: തടികിമണത്തെ

“വിറത്തിടെ അപ്പോൾ നരിചാടി
കടിത്തവൻ മണ്ട പൊളിത്തിട്ട്
വിലമുടയോർതാൻ മൗത്തായെ
ഭ്രമതയിൽ അലവി - വിവരമെ
കുക്കി വിരുത്തിയെ...”

മരണവിവരം അലവി എന്നൊരാൾ കൂക്കി വിളിച്ചുപറഞ്ഞു. എല്ലാവരെയും അറിയിച്ചു. എന്നിട്ടും നരിയെ അവർ വിട്ടില്ല. വക വരുത്തുക തന്നെ ചെയ്തു. ചത്ത നരിയെ ഒരു തണ്ടിൽ ഏറ്റി അവർ മഞ്ചേരി അങ്ങാടിയിൽ കൂടെ നടന്ന് പ്രദർശിപ്പിച്ചു. നരിയെ കാണാൻ ജനങ്ങൾ തടിച്ചുകൂടി. വികാരഭരിതരായ ജനക്കൂട്ടം കാണിച്ച ആവേശവും പ്രകടിപ്പിച്ച സന്തോഷവും സങ്കടവും വിവിധവികാരങ്ങൾ ഹൃദയസ്പൃക്കായ ഭാഷയിൽ കവി വരച്ചുകാണിക്കുന്നു. ആ ഭാഗം ഈ കൃതിയിലെ ഏറ്റവും രസകരമായ അവതരണമാണ്.

ഇശൽ: കുതിരത്താളം

“ഒരു മിത്തുടനെ അതിതത്തിരമാൻ ശുജഅ
ത്തുടയോർ നരിചത്തതിനെ കൊണ്ടോകും
പൊളുതുണ്ടായെ സ്ഥിതിവീണ്ടീടുന്നത് ക
ണ്ടീടാൻ പലെ ജാതിക്കാരുമെ ആദിക്കാർ,
മറുവാദിക്കാർ മുനം കുതക്കാരവർ
എത്തിച്ചെന്നു നിറഞ്ഞിട്ടെ ജനമൊ
ത്ത് ചുത്തി വളഞ്ഞിട്ടെ, കുലം നായന്മാ
രോട് തോന്മാരും നമ്പൂരാരോട് തമ്പൂരാരും, പ
ട്ടന്മാരൊട് ചെട്ടിമ്മാരും തിമ്മയ്യന്മാരോട് അയ്യന്മാരും
പണിക്കന്മാരോട് കണക്കന്മാരും കല്ലന്മാർ പെ
രും കൊല്ലന്മാരും, ആശാരികളും മൂശാരികളും,
എണ്ണാൻ ഏറിയ മണ്ണാനും കുറെ വൈസത്തി
കളും സൈസൊത്തവരും തള്ളകളും ചെറു
പിള്ളകളും പുന അമ്മാരും കുറെ ഉമ്മാരും
അതിതോക്കന്മാരൊട് ഊക്കന്മാരും കുന്ത
ക്കാർ ബഹുനിന്ദക്കാരും അടിക്കാരും കുറെ
വെടിക്കാരും മഹാമട്ടക്കാർ അരപട്ടക്കാർ
തലമൊട്ടക്കാർ, ചിലെ നൊട്ടിക്കാർ, പുന
കുക്കുകളും പെരുത്തുണ്ടത് കേള് ചൊക്ക
നും പാണ്ടനും മല്ലിയും കാളും, കോത്ത്
വലിച്ചുകൊടുന്നോരും പുലിമോത്ത് നളർത്ത്
ഭയന്നോരു സ്ഥലം എള്ളോളം ഒഴിവില്ലാ

തെ ജനം എക്കും പക്കും തിക്കിനിലന്തും
വെക്കം, വെക്കം കൊണ്ടു നടന്നും, നരി
ചത്തതിനാൽ ഇരസത്തരുളി ചാടീടലും
ചിലർ ഓടിടലും ജയം പാടീടലും ഒരുക്കുടി
ടലും നരർ കുക്കും വിളികുതുകുലമതിട്ട്..."

അങ്ങനെ ആ നരിഘോഷയാത്രാവിവരണം നീണ്ടുപോകുന്നു. സംഭവങ്ങൾ ഇനിയും വിവരിക്കാൻ ധാരാളം ഉണ്ട്. ഈ കൃതി കവി അവസാനിപ്പിക്കുന്നത് ഇങ്ങനെയാണ്.

ഇശൽ: തൊങ്കൽ

"എന്നും പൊരുത്തുണ്ടന്നരിന്റെ വാർത്താ
ഏറ്റം ചുരുക്കി ഞാൻ കവിയിൽ ഉത്താൽ
ഒന്നും അതിനൊത്ത പുലികൾ വില്ലാൻ
ഊരിൽ എനിവരാതുന്നൈ കാക്കള്ളാ."

ഈ തരത്തിലുള്ള വന്യമൃഗങ്ങൾ മേലിൽ നാട്ടിൽ ഇറങ്ങിവരാതെ, കാത്തുരക്ഷിക്കണമെന്നു ദൈവത്തോടു പ്രാർത്ഥിച്ചുകൊണ്ടു കവി നരിനായാട്ടു വർണ്ണനയ്ക്ക് വിരാമമിടുന്നു.

"സർക്കീട്ട്" പാട്ടുകൾ

സഞ്ചാരസാഹിത്യം എന്ന നിലയിൽ മാപ്പിളപ്പാട്ടുകളിൽ ധാരാളം യാത്രാവിവരണങ്ങൾ അടങ്ങിയ പാട്ടുകളുണ്ട്. യഥാർത്ഥത്തിൽ യാത്ര പോയതാണോ ഭാവനാലോകത്ത് മെനഞ്ഞെടുത്തതാണോ എന്നറിയില്ല. യാത്രാനുഭവങ്ങളുടെ കെട്ടഴിക്കുമ്പോൾ രസകരമായ പല കഥകളും വിവരിക്കുന്ന ഈരടികൾ ഉതിർന്ന് ചാടുന്നു. പുലിക്കോട്ടിൽ ഹൈദറിന്റെ "ഷർണൂർ യാത്ര' എന്ന കാവ്യത്തിൽ നിന്ന് ഉദാഹരണത്തിന് ഏതാനും വരികൾ ഉദ്ധരിക്കാം.

ഇശൽ: കൊമ്പ്

"തുറാമുക്കട്ടയിൽ ചെന്നിട്ടൊരു ടിക്കറ്റെടുത്തേറി
തുറാവണ്ടിക്കുളർമയിൽഷറവണ്ണൂരിൽ
ഇറങ്ങി - ചൂശന്നും കൊണ്ടൊരു ചായ കിളമ്പിൽ കേറി
പറയുവാൻ ഒരു ആപ്പും കടിവാങ്ങിക്കഴിച്ചന്ന്
പകൽ അസ്തം മരഞ്ഞൂണും ബുജിത്തെ പിന്നെ
ഉറങ്ങാൻ - പതുക്കൊരു പുരയിൽ ഞാൻ കയറിച്ചെന്നെ."

ഷറണൂരിൽ വണ്ടി ഇറങ്ങി ചായയും പലഹാരവും കഴിച്ചു. അന്ന് നേരം ഇരുട്ടിയപ്പോൾ ഊണ് കഴിച്ച് പതുക്കെ ഒരു പുരയിൽ കയറിച്ചെന്നു. അപ്പോൾ കോലായിൽ ഒരു സ്ത്രീ ഇരിക്കുന്നു. അവൾ 'നിങ്ങൾ ആരാണ്, എന്തിനാണ് വന്നത്.' എന്നന്വേഷിച്ചു.

"വന്നതിന്നിവിടെ പാർക്കുവാനാണെന്നനചൊല്ലി
വാസ്തവം പറഞ്ഞപ്പോൾ ഉരത്താമുല്ലാ
മലരെൻ - ഭർത്താവ് വരുന്നുണ്ടിന്നത് പാടില്ലാ."

ഇന്നു ഭർത്താവ് വരുന്ന ദിവസമാണെന്നും അത്തരം പരിപാടികൾ നടപ്പില്ലെന്നും പറഞ്ഞതിൽനിന്ന് സന്ദർഭത്തിന്റെ ഉള്ളടക്കം മനസ്സിലാക്കാൻ പ്രയാസമില്ല. ഇങ്ങനെ രസകരമായ പല അനുഭവങ്ങളിലൂടെയും കഥ മുന്നോട്ടു പോകുന്നു. ഇദ്ദേഹത്തിന്റെ ദുരുദ്ദേശ്യം മനസ്സിലാക്കിയ ആ നാടൻ പെണ്ണ് ആത്മഗതം പറയുന്ന വരികൾ ശ്രദ്ധിക്കുക.

"പടച്ചോനെ വലഞ്ഞു ഇന്നലെയും വന്നൊരു കാക്ക
പറഞ്ഞെന്നെ വിളിച്ചു വാതിലു തുറക്കാൻ
അത്പോൽ - പലെ പേരും വരുന്നെന്നെ കെണീസിലാക്കാൻ"

ഇങ്ങനെ പലസ്ഥലത്തും ചെന്നു പല തരത്തിലുള്ള കുഴപ്പങ്ങളിലും പെട്ട് അവസാനം തടിയൂരി ഓടി രക്ഷപ്പെടുന്നു. ആ ഭാഗം നോക്കൂ.

ഇശൽ: അണവാകിറുഹുൽ അമീൻ

"മണ്ടി അവിടെന്ന് ഞാനൊരു നീളം
വയ്യോട്ടുനോക്കാതെ മേപ്പാടിയോളം
പോക്കിന്റെ പീറ കഴിഞ്ഞു മടങ്ങി
പോരുമ്പോൾ കൊഞ്ചം പനിയും കുടുങ്ങി"

ഈ വിധത്തിലുള്ള യാത്രാവിവരണങ്ങൾ ചിത്രീകരിക്കുന്ന നിരവധി സർക്കീട്ട് പാട്ടുകൾ ഉണ്ട്. ഹൈദറിന്റെ തന്നെ കോലാർ യാത്ര, തിരൂർ യാത്ര മുതലായവ, തന്റെ കൃതികളുടെ സമ്പൂർണ്ണസമാഹാരത്തിൽ പ്രസിദ്ധീകരിച്ചിട്ടുണ്ട്. അതിനേക്കാൾ രസകരമാണ് പ്രകൃതിയിലെ പ്രതിഭാശങ്ങളുടെ വർണ്ണന. നോക്കൂ.

വെള്ളപ്പൊക്കമാല

കൊല്ലവർഷം 1136 (1961) ൽ ഉണ്ടായ ഒരു വെള്ളപ്പൊക്കം വരുത്തിവെച്ച വിനയും അതിന്റെ ഭീകരതയും പുലിക്കോട്ടിൽ ഹൈദർ തന്നെ വരച്ചു കാണിക്കുന്നു.

ഇശൽ: കെസ്സ്

"കൊല്ലം ഒരു നൂറ്റി മുപ്പത്താറതിൽ
വെള്ളപ്പൊക്കം കൊണ്ടുള്ളാപത്ത് - പിണ
ഞ്ഞല്ലോ വളരെയിക്കാലത്ത്
കുന്നും മലയിടിഞ്ഞും കണ്ടിപൊട്ടി
മണ്ണും കല്ലും മണൽ പാടത്ത് - ചാടി
വന്നേറെ നഷ്ടം സമ്പാദിത്ത്"

തെക്കെ ഇന്ത്യയിൽ മിക്ക സ്ഥലത്തും അന്ന് വെള്ളപ്പൊക്കം അനുഭവപ്പെട്ടു. വളരെ അനിഷ്ടങ്ങളും നാശനഷ്ടങ്ങളും ഉണ്ടായി. എന്നാൽ

കേരളത്തിലേത് മാത്രമേ താൻ ഈ പാട്ടിൽ ഉദ്ധരിക്കുന്നുള്ളൂ എന്ന് അദ്ദേഹം പറയുന്നു.

ഇശൽ: ഉണ്ടതെങ്കിൽ വന്നു

“ഉണ്ടനർത്ഥം കേരളം മറ്റ് പുരികൾക്കെല്ലാം
ഉന്നിയാൽ അതിന്നൊരുകയ്യും കണക്കുമില്ലാ.
വിണ്ടത് കൊണ്ടെന്റെ കേരളത്തിൽ വന്ന നാശം.
വിള്ളിടുവാൻ മാത്രമേ ഉള്ളൂ എനിക്കുദ്ദേശം
കുണ്ടിടിഞ്ഞു ആളപായം വന്നു അട്ടപ്പാടി
കൂറുവാൻ കുറ്റ്യാടിയും ജബൽ ഉതിർന്നു ചാടി
അണ്ടെ പോലെ നാടുകാണിവീണിടിഞ്ഞു കൊണ്ടെ
അങ്ങുമിങ്ങും പോക്ക്‌വരവും മുടങ്ങീട്ടുണ്ടെ.”

അട്ടപ്പാടിയിൽ കുണ്ടിടിഞ്ഞു ചിലർ മരിച്ചു. കുറ്റ്യാടിയിൽ മലകൾ ഉരുൾപൊട്ടി, നാടുകാണിചുരം ഇടിഞ്ഞു ഗതാഗതം മുടങ്ങി. വിവരണം അങ്ങനെ പോകുന്നു. പിന്നെ കെട്ടിടങ്ങൾ തകർന്ന കാര്യങ്ങൾ പറയുന്നു:

“വന്നുവെള്ളം കേറി വീണുള്ളെ പുരന്റെ കന്നം
പാടിയാൽ തീരാ, നിലമ്പൂരാണധികം എണ്ണം
വന്നു അപ്പോലെ വടപുറം മുതൽ മമ്പാടും
വക്കലില്ലാ വീണു പോയിട്ടുണ്ട് വീടെമ്പാടും
അമ്പുദം കേറി അരുവിക്കോട് വാഴക്കാടും
അങ്ങിനെ ഫറൂക്കിലും കല്ലായി കോഴിക്കോടും.”

ഇങ്ങനെ ലളിതമായ ഭാഷയിൽ പ്രാസഭംഗിയോടെ ഗാനാത്മകമായി പാടുമ്പോൾ ആ കാലത്തെ മാപ്പിളമാർ സന്തോഷ പുളകിതരാവുന്നു.

വെള്ളപ്പൊക്കപ്പാട്ടുകളെ പറ്റി പറയുമ്പോൾ കൊണ്ടോട്ടിക്കാരനായ തോട്ടോളി മുഹമ്മത് എന്ന കവി എഴുതിയ പാട്ടിന്റെ ഏതാനും വരികൾ ഓർമ്മ വരുന്നു.

ഇശൽ: കൊമ്പ്

“പെണ്ണെവൻ ഇടിമിന്നും മഴവെള്ളം കൊടുങ്കാറ്റും
പെരുത്ത് പാലവും റോട്ടിൽ മരങ്ങൾ മറ്റും വീണ്
പൊളിഞ്ഞുള്ള പുരകൾക്ക് കണക്കില്ലൊട്ടും - പലെപലെ-
പതിക്കായിട്ടും
പിന്നെയും അരീക്കോട് എടവണ്ണ, പുതുപ്പാടി
മലപ്പുറം, നിലമ്പൂരും തിരൂരങ്ങാടി ദുരിതം
പിണഞ്ഞിടൈ എടക്കുളം, പുതിയങ്ങാടി - മലജലം -
പരന്നുകൂടി.”

ഇങ്ങനെ പോകുന്നു പ്രകൃതിക്ഷോഭങ്ങളുടെ വർണ്ണന. സംഭവങ്ങളുടെ ഘടനയും പദവിന്യാസവും ആസ്വാദ്യകരമാണ്. അപ്രകാരം തന്നെ മാപ്പിളപ്പാട്ടിന്റെ മറ്റൊരു ഖനിയാണ് കത്ത് പാട്ടുകൾ.

കത്ത് പാട്ടുകൾ

മാപ്പിളപ്പാട്ടു ലോകത്തെ അത്ഭുതകരവും എന്നാൽ ആകർഷണീയവും ആനന്ദകരവുമായ ഒരു ശാഖയാണ് കത്ത് പാട്ടുകൾ. കാമുകിയുടെ സൗന്ദര്യവർണ്ണനയിലൂടെയുള്ള പ്രേമാഭ്യർത്ഥന, ഹൃദയവികാരങ്ങളുടെ വിനിമയം, എന്നീ പല പ്രമേയങ്ങളും കത്ത് പാട്ടിന് വിഷയമാകാറുണ്ട്. പലതിന്റെയും കർത്താവിനെയോ രചനാകാലത്തെയോ അറിയില്ല. എന്നാൽ പഴയകാലത്ത് മാപ്പിളമാരുടെ നാക്കിന്റെ തുമ്പത്ത് ദശാബ്ദങ്ങളായി ഊഞ്ഞാലാടിക്കൊണ്ടിരുന്നു ഈ ഈരടികൾ. പ്രസിദ്ധീകരിക്കാതെ പോയതും ഓർമ്മകളിൽ മാത്രം തങ്ങിനില്ക്കുന്നതുമായ ചില പാട്ടുകൾ നഷ്ടപ്പെട്ടുപോകാതിരിക്കാൻ വേണ്ടി മാത്രം ഇവിടെ പൂർണ്ണമായും ഉദ്ധരിക്കുകയാണ്. സന്ദർഭത്തിന്റെ ആവശ്യാനുസരണം ചിലതിനെ ഏതാനും വരികൾമാത്രമായും ചേർക്കുന്നുണ്ട്. മുണ്ടമ്പ്ര ഉണ്ണിമമ്മതിന്റെ രസകരമായ ഒരു പ്രേമാഭ്യർത്ഥന നോക്കൂ.

“മലരിന്നൊരിറ്റ് മധു കുടിക്കണമെന്ന്
മനസ്സിൽ സദാ സമയങ്ങളിൽ ഉദിക്കുന്നു
മധുരം മനസ്സിൽ വെച്ചു ഞാനിരിക്കുന്നു
മഹ്ശുഖ് മാണിക്കക്കല്ലെ, നീ മറക്കല്ലെ.”

അതുപോലെ തന്നെ ഓർമ്മയിൽനിന്നും ഒരു സൗന്ദര്യവർണ്ണന കാണുക.

ഇശൽ: കെസ്സ്

“മണക്കും താമരപുതുമപൂമുഖം കുലുങ്ങുന്നാനന്ദം കണ്ട്
എന്റെ മനസ്സിൽ സഞ്ചാരം കൊണ്ട്
മഹിമലക്ഷണം മികന്തേറും കമ്മിൽ മായാലെ
പൊൻമുഖം ചുണ്ടു ചീറിപവിഴം പോൽ അഴകുണ്ട്
മിനുക്കച്ചെപ്പൊത്തെമുലരണ്ടുന്നിച്ചു
മികച്ചെ തട്ടവും പുതച്ചു നാണിച്ചു
ഇളക്കം പൊൻകിളി മയക്കം കാണിച്ച്
എനിക്കുള്ള മതം ഇളക്കി തോന്നിച്ചു.
തുളുമ്പി ചാടുന്ന പൂതി - ഞാനും
വിളമ്പി പോന്നെടൊ ചേതി
കനകപൂമാറോടിണങ്ങിവാനാശ
പറഞ്ഞു ബീവിക്ക്താണ് - ഒപ്പം
വരുവാൻ സമ്മതിത്തന്ന്
അനേകദുഃഖങ്ങൾ ഭവിത്തുള്ളാഫത്ത്
അതിന്റെ പിറ്റെന്നാൾ ഉറങ്ങും നേരത്ത്
കനിന്ത് ബീവിയെ കിനാവിൽ കോഫിത്ത്
പിടിത്ത് പൂമുഖം നാറ്റി - കൊത്തി
പിടിത്തപ്പായസം തീറ്റി.”

ഇതിന്റെ കർത്താവിനെയും രചനാകാലത്തെയും അറിയുന്നതല്ല. അപ്രകാരം തന്നെ അപ്രകാശിതമായ മറ്റൊരു പാട്ട് പലരും പലതരത്തിലും അത് പാടിക്കേൾക്കാറുണ്ട്. സുമാർ അമ്പത് കൊല്ലങ്ങൾക്കു മുമ്പ് ഞാൻ കേട്ട തരത്തിൽ താഴെ ഉദ്ധരിക്കാം.

'മുത്ത് നവരത്നമുഖം കത്തിടും ജമാല
മൊഞ്ചൊളിവിൽ തഞ്ചമേറും കഞ്ചകപ്പൂമാല
ചിത്തിരം കത്തി മറിയും
ചെമ്പകച്ചുണ്ടും ചിരിയും
ശുദ്ധമാമലർവിരിയും
സൂക്ഷ്മാൽ പലെ കുറിയും
കണ്ട് മോഹിച്ചെ സംഗതി കൊണ്ടു ഭവിച്ചെ -
എന്മലരെ നമ്മളൊക്കൊരുരാജിയകാരല്ലെ
എന്നൊരു വിചാരവും സന്തോഷവുണ്ണിക്കില്ലെ
ഈ മധുരത്തേൻ കുടിക്കാനൊത്തവൻ ഞാനല്ലെ
ഏറിയനാളുണ്ടു പൂതിവെച്ചിടുന്നു മുല്ലെ
സന്മതിത്തൊന്നുതരട്ടെ
സാദ്ധ്യയം എങ്കിൽ വരട്ടെ
തമ്മിൽ ഇഷ്ടവിചാരമിട്ടെ
തങ്കജുള്ളെ എന്റെ കട്ടെ
ചേരുമെന്നാളിൽ - മനകൊതി - വീടുമെന്നാളിൽ
വീണ്ടറിഞ്ഞിട്ടില്ലയോ മൂത്തെമുരിങ്ങ കായി
വെച്ച്തുമിച്ചെങ്കിലും രസം കുറഞ്ഞു പോയി
കണ്ടിളം പിറായമിൽ പെരുത്ത് സുവദായി
ഖൽബകത്തുള്ളെ മുറാദ് തീർത്തിടുവാനായി
കുട്ടി നീ എന്നോടടുക്ക്
കോമരം മാറി പിടിക്ക്
എന്നതിന്നനുസരിക്ക്
എന്നെ വിട്ടൊയ്യാതിരിക്ക്
പൂമണം നല്ലെ - എനതുടെ - മാമലർമുല്ലെ
എന്ത് വേണം എൻ കനിക്കാതൊക്കെയും തന്നോള
എതിനും മുട്ടു വരുത്താതൊപ്പരം നിന്നോള
അന്തിനേരത്തൊന്നുറങ്ങാൻ അത്തലം വന്നോള
ആവതുള്ളനാളതിൽ ഞാനപ്പഴം തിന്നോള
ഇമ്പകപൊന്നും മുഖത്തെ
താമരചുണ്ടും മണത്തെ
എന്നതിൽ സലാമുരത്തെ
എന്നുടെ ചേതിമുടിത്തെ
മട്ടമിൽ താനെ - മറുപടി - കിട്ടണം താനേ!'

കത്ത് പാട്ടിന്റെ മകുടോദാഹരണമാണ് മേൽ ഉദ്ധരിച്ചത്. ഹൃദയം

തുറന്ന പ്രേമാഭ്യർത്ഥന മനസ്സിൽ തറയ്ക്കുന്നു.

ബന്ധം വിട്ടുപോയ കാമുകിയോട് കഴിഞ്ഞ കാലത്തെ മധുരസ്മരണകൾ അയവിറക്കിക്കൊണ്ടും പ്രണയലീലകൾ ഓർമ്മിപ്പിച്ചുകൊണ്ടും നിരാശനായ കാമുകന്റെ ഹൃദയവ്യഥ തുറന്ന് കാണിക്കുന്ന മറ്റൊരുപാട്ടു നോക്കുക.

ഇശൽ: മലർകയ്യാൽ

"കേളിയും കീർത്തിമെത്തെ - കിളയിൽ നിന്നുത്ഭവിത്തെ
കഞ്ചുകികുഞ്ഞാളവൾ പിരിഞ്ഞ ഖേദത്തെ- വിണ്ടത്-
കിട്ടി ഇഷ്ക്ക് പൊളിഞ്ഞ നാളതിൽ കാത്ത് ഞാൻ മുത്തെ
വേളി കഴിക്കുന്ന മുന്നെ- ബേജാറതില്ല പിന്നെ
വേണ്ടിട്ടും പഴുതൊന്നു കണ്ടിടുവാൻ തരം തന്നെ - ഇവിടമിൽ
വിട്ടു പോയതിലെന്ന് ഞാനിനി കണ്ടിട്ടും പൊന്നെ
മാളികണ്ണൊന്ന് ചിമ്പാൻ - വയ്യാതാലുള്ളലമ്പാൽ
മാർമുഖത്തെളിവും വടിവതും കവിൾ ഈമ്പാൻ കനിയുടെ
മാദകത്തടം ചേരും സ്വപ്നമേ കണ്ടിട്ടും ഹുബ്ബാൽ."

അങ്ങനെ പോകുന്നു ആ ശോകഗാനം. പൂർവ്വികരായ മാപ്പിളക്കവികളുടെ കത്ത് പാട്ടുകളും കെസ്സ് പാട്ടുകളും ചിലപ്പോൾ അതിരുകടന്ന് കാമകേളീ ലീലകളാണെങ്കിലും അനവദ്യ സുന്ദരങ്ങളായ അവതരണ രീതികൊണ്ടു മനോഹരമാണ്. ഒരു സ്ത്രീ വർണ്ണന നോക്കൂ.

ഇശൽ: മലർകയ്യാൽ

"കാണാൻ മൊഞ്ചുള്ള പെണ്ണ്- കണ്ണാടിപോലെ കണ്ണ്
ഖൽബ് കവർന്നെടുക്ക്ണ നോട്ടമപ്പെണ്ണ് ആര്
കണ്ടാലും നെഞ്ചുരുകി പൊട്ടിട്ടും പുണ്ണ്
പണ്ടം മാറത്തണിഞ്ഞെ- പുത്തൻ വേഷം ചമഞ്ഞെ
പട്ടുലിബാസും ധരിച്ച് പൊന്തിടും നെഞ്ഞ് - ഓളെ
പത്രാസ് കണ്ടു ഞാനും നൊട്ടി നുണഞ്ഞു."

പ്രേമാഭ്യർത്ഥനയിലും സൗന്ദര്യവർണ്ണനയിലും ഏറ്റവും അധികം പാട്ടുകൾ ഉണ്ടായത് കെസ്സ് രീതിയിലാണ്. അവയെ കെസ്സുപാട്ടുകൾ എന്ന് പൊതുവെ വിളിച്ചു വരുന്നു. പേരു കൊണ്ടുതന്നെ അത്തരം പാട്ടുകളിൽ ഇക്കിളിപ്പെടുത്തുന്ന പ്രതിപാദ്യമാണെന്നു മനസ്സിലാകും. കവി നല്ലളം വീരാന്റെ ഒരു കെസ്സു പാട്ടു കാണുക.

ഇശൽ: ആരംഭം തുളുമ്പും..

"മേതര കനിമോറും മാറും കാണാൻ കഴിയാതെ
ഖേദിച്ചു മടങ്ങി പൊന്നാനെ എന്റെ
മേനിയും മെലിഞ്ഞൂണും ഉറക്കില്ല സബബാലെ
ദീനത്തിൽ അകപ്പെട്ടു ഞാനെ

ആദരകുട്ടിതത്തെ നിന്റെ വിചാരം വല്ലാതെ
ആലോചന മറ്റൊന്നും എന്റെ മനസ്സിൽ ഇല്ലാതെ
സാധാരണ ദുഃഖത്തിൽ ആണ് ഇരുത്തം വല്ലാതെ
സാരം എൻ ദേഹം കണ്ടാൽ തന്നെ അറിയാം വല്ലാതെ
പൂവി-മനസ്സിൽ കരുണാദേവി-
മതിപ്പെന്റുള്ളുന്ന് തന്നെ
പതച്ചു തള്ളുന്നു പൊന്നെ."

അങ്ങനെ നീണ്ടുപോകുന്നു. മാപ്പിളപ്പാട്ടുപാടാനും കേൾക്കുവാനും പഴയകാലത്ത് കമ്പം പിടിപ്പിക്കുന്നത് ഇത്തരം കാമകേളീലീലകൾ തുളുമ്പുന്ന കെസ്സു പാട്ടുകളും കത്ത് പാട്ടുകളുമായിരുന്നു. ഒരു കാലഘട്ടത്തിലെ മാപ്പിളമാരുടെ സൗന്ദര്യാരാധനയുടെ പ്രകടനങ്ങളായിരുന്നു ഇത്തരം പ്രേമഗാനങ്ങൾ.

മഹാകവി മോയിൻകുട്ടി വൈദ്യരും, എന്നുവേണ്ട സ്വാതന്ത്ര്യസമരസേനാനിയും ഖിലാഫത്ത് നേതാവും ആയിരുന്ന കട്ടുലശ്ശേരി മുഹമ്മത് മൗലവി പോലും യൗവന കാലത്ത് ഇത്തരം കൃതികൾ രചിച്ചിരുന്നതായി കാണുന്നുണ്ട്. വൈദ്യരുടെ ഒരു കത്ത് പാട്ടിൽനിന്നും ചില വരികൾ ഉദ്ധരിക്കാം.

ഇശൽ: ഉടനെ ജുമൈലത്ത്

"മുല്ലപ്പൂ ബീവിക്കറിവാൻ കുറിത്തെകത്ത്
മുന്നെനമൈ തമ്മിൽ കണ്ടിട്ടില്ലാപെരുത്ത്
മല്ലിക മുല്ല മുഹബ്ബത്തോപ്പിൽ മുളച്ച്
മനതാശയാലും വളർമ്മ മുരട് വെച്ചു."

എന്നാൽ കട്ടലെശ്ശേരി കുട്ടിക്കാലത്ത് എഴുതിയ പ്രേമഗാനം മറ്റൊരു പതിപ്പാണ് നോക്കൂ.

ഇശൽ: കരുവാരക്കുണ്ടതിന്ന്

"ചെള്ളിന്റെ കുത്ത് മൂലം - ചീത്തതെങ്ങായ കോലം
ചെമ്പകപവിഴക്കിളിക്കറിവുള്ളതിക്കാലം - കരളെ
ചെമ്പിലെ കറ പൊന്നിലെങ്ങനെ പറ്റി ദുഷ്കാലം
കള്ളന്ന് മുത്ത്മാല - കാട്ടിക്കൊടുത്തിടല്ല
കണ്ണ് ചിമ്പു കിലവനുത് കട്ടിട്ടും മെല്ലെ- പൊന്നെ
കല്ലിട്ടൊരു ചില്ലുടയ്ക്കണ കേടു നന്നല്ല."

കെസ്സ് പാട്ടുകളുടെ ലോകം വളരെ വലുതാണ്. കൂട്ടത്തിൽ ഒരു കോഴിക്കോടൻ കെസ്സും വായനക്കാരെ പരിചയപ്പെടുത്താം. കോഴിക്കോട് അബ്ദുൽ ഖാദർ പാടിയത് കേട്ടു പഠിച്ചതാണ്.

"ചക്രവാളച്ചെന്തൂടിപ്പില്
ചന്ദ്രികാ പൊൻ പൊട്ടണിഞ്ഞ്
പെരുന്നാളും വന്നണഞ്ഞ്

ഘോഷവുമായെ (ഘോഷ...)
കവിൾതട്ടിൽ പനിനീർപ്പൂ
പുഞ്ചിരിക്കും പൊന്നയിശ
കുതിരക്കാദർക്കാടെ കരള് മോള് (കരള്)
കാച്ചിമുണ്ട് സുർമ അത്തറ്
കഴുത്തിലമ്പത് കൂട്ടം
പച്ചസിൽക്കിൽ പിച്ചകപ്പൂതൈച്ചുചേർത്തൊരു തട്ടം
ചിന്താതൻ പൊന്ന് കമ്പികൾ മനസ്സിലും നീട്ടി
നല്ലെ- തങ്കസ്വപ്നകോട്ടകൾ കൺമുമ്പിലും കെട്ടി
അവൾ - ചന്തമോടെ നടന്നു അയലത്തടുക്കുന്നുണ്ടേ
(അടുക്കുന്നുണ്ടേ)
അയലത്തെ പാത്തുമ്മ, വെറ്റില പാത്തുമ്മ
അരയ്ക്ക് ചുറ്റും നാക്കുള്ള മുടിഞ്ഞ മുത്തുമ്മാ
ചുമ്മാ - ഇരിക്കുവാൻ ഒരുതരത്തിലും കയ്യാത്ത പാത്തുമ്മ
അലിയാര് കാക്കാടെ വരവ് കാണാഞ്ഞിട്ട്
അകതാരിലഴലാർന്നിട്ടിരിക്കുന്നുണ്ടേ
ഉമ്മ-ആയിശാട്ട് ശറപിറ പറയുന്നുണ്ടേ (ചക്ര)

അബ്ദുൽ ഖാദർ ഈ പാട്ടു പാടുമ്പോൾ വെള്ളകച്ചിയും കസബ്തട്ടവും അണിഞ്ഞു ആഭരണ വിഭൂഷിതയായ ഒരു കോഴിക്കോടൻ മാപ്പിള പ്പെണ്ണ് നടന്നുവരുന്നതായി കാണുന്ന പ്രതീതിയാണ് ഉളവായിരുന്നത്.

അപ്രകാരം തന്നെ ആധുനിക കാലത്ത് നല്ല മലയാളത്തിൽ മാപ്പിളപ്പാട്ടെഴുതി അനുവാചകരുടെ മനം കവർന്ന യുവകവിയായിരുന്നു കൊണ്ടോട്ടിക്കാരനായ എൻ കെ അബ്ദുറഹിമാൻ. തന്റെ സ്വന്തം ജീവിതത്തിൽ ഉണ്ടായ അനുഭവത്തിന്റെ മധുരമായ വേദന ഉളവാക്കിയ വികാരം താൻ ഭാഷയിൽ പകർത്തിയതാണ് താഴെ ഉദ്ധരിക്കുന്ന പാട്ട്. നിത്യവും നന്നായി വസ്ത്രംധരിച്ച് ജോലിക്ക് പോകുന്ന സുന്ദരിയായ ഒരു ലേഡീ ഡോക്ടറെ കവി കാണുന്നു.

ഇശൽ: കരുവാരക്കുണ്ടതിന്ന്

"തിലകം ശീർഷത്തിൽ പൂശി
സീമന്തിനി കൈകൾ വീശി
ചികിത്സാർത്ഥം പോയിടുന്നേരത്ത് സന്ദർശി-ചെനതുടെ
ദിഷണയ്ക്ക് തണുത്തതായ സമീരൻ വന്നേശി.
പല മാതിരി ചിന്തയെന്നെ
വലയം ചെയ്തന്ന് തന്നെ
ഭവതീ പത്മാവപുസ്സാരോഹണം തന്നെ - കരളിന്
പരമായ് നിരാശയിൽ മുരളിയൂതുന്നെ."

വേഷഭൂഷാദികളണിഞ്ഞ, നെറ്റിയിൽ തൊടുകുറിയിട്ട് രണ്ടു കൈകളും അലക്ഷ്യമായി വീശിക്കൊണ്ട് ആശുപത്രിയിലേക്ക് ചികിത്സി

ക്കാൻപോകുന്ന ഈ സുന്ദരി തന്റെ തലയ്ക്ക് മത്ത് പിടിപ്പിക്കുന്നു. അവളുമായി അടുക്കണം എന്ന ചിന്ത എന്നെ പലതരത്തിലും വികാരാധീനനാക്കുന്നു. എന്റെ കരളിന് കുളിരേകുന്നു.

"കുലവും എനിക്കൊത്തതല്ല.
കുസുമംവാടാത്ത മുല്ല
കുപിതയായേക്കും എന്ന സംശയവല്ലാ - തുളമതിൽ
കുടിലം സൃഷ്ടിച്ച് ആശയം തുറന്നില്ലാ."

ജാതിയും തറവാടും യോജിച്ചതല്ല, പുഷ്പം വാടാതെ നില്ക്കുന്ന മുല്ലവല്ലി, വിഷയം പറഞ്ഞാൽ പെട്ടെന്ന് കോപിഷ്ഠയാകും എന്ന ഭയത്താൽ പറയാൻ ധൈര്യമില്ല. എന്തൊരു സ്വാഭാവികവർണ്ണന. നോക്കൂ ശരീരഭംഗിയുടെ ചിത്രീകരണം.

"വാശിതതൻനയനം
വാരണ നിർഗമനം
പൗർണ്ണമിച്ചന്ദ്രനൊത്തതായ വദനം താരക
വളരെ ഇളകുന്നതും നാസിക എൾസൂനം
കേശം കഠിനം കറുപ്പ്
കിം, അധരത്തിൽ ചുകപ്പ്
കേവലം ഭംഗിയുണ്ട് സ്തനങ്ങളെ നില്പ് - പുരുഷന്മാരെ
ക്രീഡയ്ക്ക് ചതുരമായ മികച്ചൊരു കോപ്പ്."

പൂർണ്ണചന്ദ്രനെപ്പോലെ തിളങ്ങുന്ന മുഖം, ആരെയും വശീകരിക്കാൻ പര്യാപ്തമായ നയനചലനം, ഇളകിക്കൊണ്ടിരിക്കുന്ന മൂക്ക്. എല്ലാം കൂടി കൗതുകകരം തന്നെ. കറുത്ത കേശഭാരം, ചുവന്ന ചുണ്ട്, എല്ലാറ്റിനും ഉപരി സ്തനങ്ങളുടെ നില്പ്, മൊത്തത്തിൽ പുരുഷ കേളീരംഗത്തെ ചതുരംഗക്കരു തന്നെ. പറഞ്ഞു പറഞ്ഞ് കവിയുടെ സൗന്ദര്യ വർണ്ണന അതിര് കടന്നുപോകുന്നു. നോക്കൂ.

"ജായെസുരപത്മകത്ത്
സായീന്ദ്രൻ കീഴിലൊത്ത്
സഹവാസം ചെയ്യും ഊർവശിരംഭയും മറ്റ്- അപ്സര
സാകെ നാണിച്ചു പോകും ത്വൽമുഖം പാർത്ത്."

ഈ കോമളാംഗിയുടെ മുഖം കണ്ടാൽ പുരാണത്തിൽ വിവരിച്ച ഉർവശി, രംഭ തുടങ്ങിയ സ്വർഗ്ഗകന്യകകൾപോലും നാണിച്ചു പോകും. എന്ന് കവി അത്ഭുതപ്പെടുന്നു. കവിത ഇനിയും നീണ്ടുപോകുന്നു. പ്രണയനൈരാശ്യത്തിന്റെ നീർച്ചുഴിയിൽ പരിഭവങ്ങൾ നിരത്തിവെച്ച് പാട്ട് അവസാനിപ്പിക്കുന്നു. എന്നാൽ ഭാഷാശുദ്ധി പദങ്ങളിലെ പ്രയോഗഭംഗി അതിനിണങ്ങിയ പ്രാസം എല്ലാറ്റിനും ഉപരി ഉള്ളിൽ തട്ടിയ വികാരപ്രകടനം. ഏത് നിലയ്ക്കും നല്ല കവിത.

ഭാഷാശുദ്ധിയെപ്പറ്റി പറഞ്ഞുവരുമ്പോൾ സ്വർഗ്ഗസ്ത്രീകളെ അഥവാ ഹുർലീങ്ങളെ അവതരിപ്പിക്കുന്ന വെളിയങ്കോട്ടുകാരനായ വാഴപ്പുള്ളി മുഹമ്മതിന്റെ അതിമനോഹരവും താളാത്മകവുമായ ഒരു പാട്ട് നമ്മെ

ഹരം പിടിപ്പിക്കുന്നതാണ്. മാപ്പിളപ്പാട്ടിന്റെ ശാസ്ത്രീയ മുഖം ഇതിൽ തെളിഞ്ഞുകാണാവുന്നതുമാണ്.

സ്വർഗ്ഗത്തിലെ സുന്ദരിമാരെക്കുറിച്ച് എല്ലാ മതങ്ങളിലും പ്രതിപാദിക്കുന്നുണ്ട്. അവർ നിത്യകന്യകകളും വർണ്ണനാതീതമായ സൗന്ദര്യവതികളുമാണ്. ഹുർലീങ്ങൾ, അപ്സരസ്സുകൾ എന്നൊക്കെയാണ് വിളിക്കപ്പെടുന്നത്. അവരുടെ ജീവിതവും ചിരിയും കളിയും നടത്തവും ഇരുത്തവും വേഷവിധാനങ്ങളും ഭാവനാ ലോകത്തിലെ ഒരു പൂങ്കാവനം കവി വരച്ചു കാണിക്കുന്നു.

"സങ്കൃത പമഗിരി തംഗത്തുംഗ ത്തധിം കിണ
കിങ്കൃത തൃമികിട മേളം - തക
ദംധരി സരിഗമ ധക്കിടജത്ത കിങ്കിം കിണ
ധിംധിമി താളം കൃതതാളം.... (സങ്കൃത)
സങ്കൃതമോടെതിരു സ്വർഗനക്ക് കഞ്ചത്തെ
സുന്ദരിഹുറുന്നിസാ ചിത്തിരമൊഞ്ചൊരു തഞ്ചത്തെ
പിൻകതിരോനോ പിൻപഴം കതിരോനിൽ മൊഞ്ചത്തെ
ബിണ്ടിടുൽ മുടിവര സംഗതികൊണ്ട് തഞ്ചൊത്തെ - ഉന്നുന്നെ
മുടിവണ്ടിറ കൊത്തെ കറുപ്പ് പെരിപ്പും മിന്നുന്നെ - മുട
ഞ്ഞിട്ടു കുനിഞ്ഞത് കെട്ടഴിച്ചിട്ടാൽ പിന്നിന്നെ - അണ-
പെടുൽ മടമ്പടി വരെ സുത്താ
കമനിൽ വളവൊത്താ-മികനൂസലും
വട്ടത്തെളിവദർ മട്ടത്തിരുമുഖം - തകതകളും - തങ്ക
ത്തധിംകിണ കൃതികിട സംസരിതം - കില്ല
ത്തകധിമി താളം കൃത ജുംജമൃതം - സ്വർഗ്ഗ
ത്തലമിലെ പല ധുനി കളിചിരിക്കുളലികൾ... (സങ്കൃത)
ചെമ്പകമലർ ധുടി ചെപ്പിപ്പിടിയോ കവിൾത്തടം
ഇമ്പമുള്ള തിശയവാക്കും - തിരു
ചെഞ്ചലിൽ മികവർണ്ണപെട്ടെവട്ടസുറുമക്കണ്ണാൽ
കൊഞ്ചിച്ചെരിച്ചെ വെട്ടും നോക്കും
പൊൻപവിഴമെ ചുണ്ടും മുത്തണിവെത്തെ വിധം പല്ലും
അമ്പുടെ കണവാർന്ന മൂക്കും - മനം
പൊങ്ങീടും വീണവലിയങ്കുരശംഖും നാണിക്കുന്നെ
സങ്കൃത ധ്വനിരസവാക്കും.....
ഇമ്പക്കാറക്കഴുത്തും കരുണക്കന്നി ചെരിത്തിട്ടെ
എമ്പിടും മഹർ വീതിമരിമച്ചെപ്പ് കവുത്തിട്ടെ
സമ്പ്രദായമോ കുഞ്ഞിക്കിണ്ണമെ വട്ടം ചുറ്റിട്ടെ
സാരസക്കനിഉറുമാമ്പഴമൊമൂലയും ഒത്തിട്ടെ-ചെപ്പാനെ-പളു
ങ്ക്കുടമൊ ചെരിയാതുലയാതെനിപ്പാനെ - തര -
മെപ്പളും ഇപ്പടികപ്പിലമപ്പിടി കൊല്പാനെ കൊതി
യാലെ കമലിള കിട്ടും സുത്താ

വളുത്തം അസുവസ്ഥാ - പത്രമോ വയർ
മട്ടൊത്തരയത് അറ്റിട്ടൊരു പിടി
തക തങ്കചം." (സങ്കൃത)

ചെമ്പകപ്പൂവിന്റെ നിറമുള്ള കവിൾത്തടം, കേൾക്കാൻ ഇമ്പമുള്ള സംസാരം, സുറുമയിട്ട വട്ടക്കണ്ണുകൾകൊണ്ടു മുഖം ചെരിച്ചുള്ള കൊഞ്ചിക്കുഴഞ്ഞ അവരുടെ നോട്ടം, പൊൻനിറമുള്ള പവിഴച്ചുണ്ടും, മുത്ത് നിരത്തിവെച്ച പോലുള്ള നിരനിരയായ പല്ലുകൾ. അമ്പിന്റെ കണ പോലെ കൂർത്ത് നീണ്ട മൂക്കും ശംഖ്നാദം പോലും നാണിക്കുന്ന ശബ്ദകോലാഹലങ്ങളും ഒത്തിണങ്ങിയ ഹുർലീങ്ങളുടെ കൂട്ടം സ്വർഗ്ഗത്തിലെ അതിശയിപ്പിക്കുന്ന അലങ്കാരം തന്നെ. കവിയുടെ വർണ്ണന വീണ്ടും അണപൊട്ടി ഒഴുകുന്നു.

കാറക്കഴുത്തും, ചെറിയ ചെപ്പുകൾ കമഴ്ത്തിയിട്ട പോലെ, കുഞ്ഞിക്കിണ്ണത്തിന്റെ വട്ടമൊത്ത, ഉറുമാംപഴമാണെന്നു തോന്നുംവിധമുള്ള ഒത്ത മുലകളുടെ ചെരിയാതെ, ഉടയാത്ത പളുങ്ക് കുടം പോലെയുള്ള നില്പ്. അവരുടെ ശരീരവടിവ് വയറു കുറുകി മട്ടത്തിൽ മെലിഞ്ഞ ശരീരം, ഏത് നിലയ്ക്കും അത്യാകർഷകം തന്നെ. അവരുടെ ശരീരത്തിൽ അണിഞ്ഞ ആഭരണങ്ങൾ വിശദീകരിക്കുന്നത് കാണുക.

"പൊൻതരുളമെനവരത്നം കൊത്തെ കസവൊട്ട്
സുന്ദിര ഉലൽ അണവായെ - പല
പൊൻകടകമെവള താലിയും മാലപതക്കനും
ഉങ്കനും തെളിമികവായെ
മുന്തിന അരഞ്ഞാണും തുരടും തണ്ടുറുക്കുകൾ
ചന്തമെ മുടിപെടാതായെ - തിരു
മുൻകരവിരൽ പത്തിൽ ചിത്രം കൊത്തിപ്പെട്ട മോതിര
ചൊങ്കുട തരംതാരമായെ
പന്തിത്തുകിലും കന്നി എഴുപത് ചുറ്റിട്ടുടുത്താൽ
പങ്കിത്തനി നീണ്ട തെളിവിൽ കാണും വടുത്താൽ
പൊന്തിച്ചാഭരണത്തോടെ കരമത് മുട്ടാനുയർത്താൽ
പൊങ്കുമഞ്ഞൂറ് കൊല്ലത്തെ കലം ലങ്കും ശബ്ദത്താൽ
തിട്ടൊത്തെ
പുരുഷിമ ഹിതോരിലടുത്ത് വിളിക്കാൽ ഇഷ്ടൊത്തെ - മാത
പ്പെട്ടു സരക്ഷണി ലക്ഷണമിക്ഷണം തിട്ടൊത്തെ - കട
ലകവിലെ ഒരു തുള്ളി തെറിച്ചാൽ -
അതും അത്തർ മണപ്പാൽ - മതൃക്കും തേനിൽ
വണ്ണം ഇത് പടി എന്നും നിറപടി
തകതകങ്കം (സങ്കൃതപമഗിരി)

നവരത്നം കൊത്തിയ കസവുകൊണ്ടു മൂടിയ പെൺകൊടികൾ, പൊന്നിന്റെ കടകം, വള, താലിമാലയും പതക്കനും അണിഞ്ഞ് അരയിൽ മുന്തിയ അരഞ്ഞാണം, തുരടും തണ്ടും - ഏലസ്സുകളും കെട്ടി

പത്ത് വിരലുകൾക്കും കൊത്തുപണികൾ നിറഞ്ഞ മോതിരം ചാർത്തിയും അണിയണിയായി നില്ക്കുന്നു. അവരുടെ വസ്ത്രം എഴുപത് മടങ്ങ് ചുറ്റി ഉടുത്താലും ഉടൽ തെളിഞ്ഞു കാണുന്ന തരത്തിലാണ്. അവരുടെ ആഭരണം നിറഞ്ഞ കൈകൾ ഒന്നു മുട്ടാൻ ഉയർത്തിയാൽ ഉണ്ടാകുന്ന മനോഹരമായ ശബ്ദം അഞ്ഞൂറ് കൊല്ലത്തെ അകലം കേൾക്കുന്നതാണ്. അത്തറിന്റെ മണം, തേനിന്റെ മാധുര്യം നിറഞ്ഞ കന്യകകൾ എപ്പോഴും സ്വർഗ്ഗത്തിൽ നിറവടിയായി ഉണ്ട് എന്നാണ് കവിയുടെ ഭാവന. എന്തു തന്നെ ആയാലും അവതരണത്തിലെ കലാഭംഗി, പദങ്ങളെക്കൊണ്ടുള്ള പ്രയോഗത്തിലെ ചടുലത ആകപ്പാടെ മധുരമനോഹരം തന്നെയാണ് ഈ പാട്ടും. സദസ്സിൽ പാടുമ്പോൾ ജനങ്ങൾ ഇളകിമറിഞ്ഞു താളത്തിനൊത്ത് തുള്ളുന്നത് ഞാൻ പലപ്പോഴും കണ്ടിട്ടുള്ളതാണ്.

ഇനി നമുക്ക് കിസ്സപ്പാട്ടിലേക്ക് കടക്കാം.

കിസ്സപ്പാട്ട്

മാപ്പിളസാഹിത്യത്തിൽ കിസ്സപ്പാട്ടുകൾ ധാരാളമുണ്ടെങ്കിലും മഹാകവി മോയിൻകുട്ടി വൈദ്യരുടെ *ഹുസനുൽ ജമാൽ - ബദറുൽ മുനീർ* എന്ന കൃതിയാണ് ഏറ്റവും മികച്ചു നില്ക്കുന്നത്.

ഒന്നേകാൽ നൂറ്റാണ്ട് കാലം മാപ്പിളസമൂഹം പാടിയും വ്യാഖ്യാനം പറഞ്ഞും കേട്ടു രസിച്ചുപോന്നതാണ് ഈ കൃതി. ആവർത്തനവിരസം എന്ന ദോഷം ഈ കൃതിയുടെ കാര്യത്തിൽ ഇന്നേവരെ അനുഭവപ്പെട്ടിട്ടില്ല. അതിലെ കഥയും അതിനൊത്ത പാട്ടുകളും ഇശലും ഇന്നും കലാപ്രേമികളുടെയും സാഹിത്യതല്പരരുടെയും സജീവസ്മരണയിൽ ജീവിക്കുന്നു. ഇതിലെ ഇശൽ (വൃത്തം) മാതൃകയാക്കിക്കൊണ്ടാണ് അദ്ദേഹം തന്നെയും മറ്റ് കവികളും പില്ക്കാലത്ത് പാട്ടുകൾക്ക് മാതൃകയായി സ്വീകരിച്ചു വരുന്നത്. തന്റെ 20-ാംമത്തെ വയസ്സിലാണ് വൈദ്യർ ഈ കൃതിക്ക് ജന്മം നല്കിയത്. ഇത് അദ്ദേഹത്തിന്റെ ഈ തരത്തിലുള്ള ആദ്യത്തെ കൃതിയാണെന്നു കരുതുന്നു. 1852 ൽ ആണ് വൈദ്യർ ജനിച്ചത്. 1892 ൽ 40-ാമത്തെ വയസ്സിൽ അദ്ദേഹം മരണപ്പെടുകയും ചെയ്തു. ഈ ചുരുങ്ങിയ കാലംകൊണ്ട് അദ്ദേഹം ഒരു മാപ്പിള കാവ്യപ്രപഞ്ചം തന്നെ സൃഷ്ടിച്ചു.

ഈ കാവ്യത്തിലെ ഇതിവൃത്തം ഒരു പേർഷ്യൻ കഥയാണ്. ഏതാണ്ടു മുന്നൂറ് വർഷങ്ങൾക്കു മുമ്പ് പേർഷ്യൻ സാഹിത്യകാരനായിരുന്ന ഖാജാമു ഈനുദ്ദീൻഷാ ശിറാസി, പേർഷ്യൻ ഭാഷയിൽ എഴുതിയ ഒരു നോവലായിരുന്നു *ഹുസനുൽ ജമാൽ - ബദറുൽ മുനീർ* എന്ന കഥ. ഇതിനെ വൈദ്യർക്ക് ഭാഷാന്തരം ചെയ്ത് പറഞ്ഞുകൊടുത്തത് കൊണ്ടോട്ടിത്തങ്ങന്മാരുടെ ബന്ധുക്കളിൽപ്പെട്ട ബഹുഭാഷാ പണ്ഡിതനായിരുന്ന നിസ്സാമുദ്ദീൻ സാഹിബായിരുന്നു.

ഈ കൃതിയിലെ കഥയിൽ രാജാക്കന്മാരും ജിന്നുകളും മനുഷ്യരും ഭൂതങ്ങളും ഉണ്ട്. ആകാശത്തും ഭൂമിയിലും എന്നുവേണ്ട ഏഴാം ബഹ

റിന്നടിയിലുമൊക്കെയാണ് കഥ നടക്കുന്നത്. കാല്പനിക കഥാലോകത്തെ ഉന്നതവും അത്ഭുതകരവുമാണ് കഥയിലെ സംഭവങ്ങൾ. അറബിക്കഥകളിലെ അത്ഭുതലോകം ഇതിൽ ഉടനീളം കാണാം. 1972 ൽ പ്രസിദ്ധീകരിച്ച ഈ കാവ്യത്തിന്റെ പതിനായിരക്കണക്കിന് പ്രതികൾ വിറ്റഴിഞ്ഞിട്ടുണ്ട്. മഹാകവി ചങ്ങമ്പുഴയുടെ *രമണ*നാണ് പ്രചാരത്തിലും മറ്റും ഇതിനോട് സാമ്യതയുള്ള ഒരു ഭാഷാകൃതി. എന്നാൽ *രമണ*നിലെ കഥ ദുഃഖപര്യവസായിയാണെങ്കിൽ ഇതിലെ കഥ സന്തോഷപുളകിതമായാണ് അവസാനിക്കുന്നത്.

ഈ കൃതിയിലെ ചില ഇശലുകൾ ഈ പുസ്തകത്തിലെ ആദ്യഭാഗത്ത് ഉദ്ധരിച്ചിട്ടുണ്ട്, അവതരണത്തിലെ കലാവൈഭവം എടുത്ത് കാണിക്കാൻ വേണ്ടി. ഇതിലെ നായികാ നായകന്മാരുടെ കൗമാരപ്രായം കവി വർണ്ണിച്ചുകാണിക്കുന്നതാണ് പ്രസ്തുത ഭാഗങ്ങൾ. ഈ കൃതിയിലെ കഥ പൂർണ്ണമായും, പാട്ടുകൾ മുഴുവനും ഈ പുസ്തകത്തിൽ ഉദ്ധരിക്കാനും വ്യാഖ്യാനം എഴുതാനും ഞാൻ മുതിരുന്നില്ല. അതിനുവേണ്ടി മാത്രമായി ഒരു ഗ്രന്ഥം എഴുതേണ്ടതായിവരും. അത്രയും നീണ്ടുപോകുന്നതാണ് ഇതിലെ പ്രമേയം. അതുകൊണ്ട് മനോഹരമായ ചില ഭാഗങ്ങളും ഭംഗിയാർന്ന ഏതാനും ഇശലുകളും മാത്രമേ ഇവിടെ പ്രതിപാദിക്കുന്നുള്ളൂ.

മഹാസീൻ ചക്രവർത്തിയുടെ ഏകമകൾ ഹുസനുൽ ജമാലും, മന്ത്രി മസാമീറിന്റെ ഏകമൻ ബദ്റുൽ മുനീറും കൊട്ടാരത്തിൽ ഒന്നിച്ചു വളരുന്നു. പഠിപ്പും പയറ്റും ഒരുമിച്ച്, കളിയും ചിരിയും തമാശകളും ഒപ്പം തന്നെ. അവരുടെ കുട്ടിക്കാലത്തെ സൗഹൃദം ക്രമേണ പ്രണയമായി വളരുകയായിരുന്നു. അവസാനം ഇണ പിരിയാൻ കഴിയാത്ത അവസ്ഥയിലെത്തി. വിവരം രാജാവിന്റെ കാതിൽ എത്തുന്നു. മന്ത്രി കുമാരൻ മേലിൽ കൊട്ടാരത്തിൽ പ്രവേശിക്കരുതെന്നു രാജാവ് വിലക്ക് കല്പിക്കുന്നു. യുവമിഥുനങ്ങൾ തമ്മിൽ കാണാനും സംസാരിക്കാനും കഴിയാതെ ദിനരാത്രങ്ങൾ കടന്നുപോയി. രണ്ടുപേരുടെയും ദുഃഖത്തിന് ആഴം ഏറിവന്നു. ഹുസനുൽ ജമാലിനു കനത്ത ഹൃദയഭാരംകൊണ്ട് മിണ്ടാട്ടം തന്നെ ഇല്ലാതായി. അവളുടെ അപ്പോഴത്തെ അവസ്ഥ കവി പറയുന്നു.

"അണ്ടം കെട്ട് പൊരിന്ത കുക്കുടം
പോൽമുഷിപ്പ് വിചാരമായ്"

പൊരിത്തക്കോഴി താനിട്ട മുട്ടകൾ അടയിരിക്കാൻ നേരത്ത് കേടായിപ്പോയി എന്ന് അറിയുമ്പോൾ കോഴിക്കുണ്ടാകുന്ന ഹൃദയവേദന എത്രത്തോളമാണ്. അതായിരുന്നു ജമാലിന്റെ മാനസികാവസ്ഥ. ഈ ഉപമയിലെ ഭാവന എത്ര വലുതാണെന്നു ഞാൻ പറയുന്നില്ല.

അവർ അന്യോന്യം കത്തുകൾ കൈമാറി. ഒരുദിവസം രാത്രി പൂന്തോട്ടത്തിൽവെച്ചു കണ്ടുമുട്ടി. രണ്ടുംകൂടി ആലോചിച്ച് രാജാവിന്റെ രാജ്യാതിർത്തിക്ക് പുറത്തേക്ക് ഒളിച്ചോടി പോകുവാൻ തീരുമാനിച്ചു. പരിപാടികൾ ആസൂത്രണം ചെയ്തു. വളരെ വേഗത്തിൽ പറക്കുന്ന ഒരു കുതിര, ആവശ്യമായ വസ്ത്രങ്ങൾ, മരണംവരെ ജീവിക്കാൻ വേണ്ട ധനം,

രത്നം, സ്വർണ്ണാഭരണങ്ങൾ എന്നിവയുമായി ഹുസനുൽ ജമാൽ അർദ്ധ രാത്രി പൂന്തോട്ടത്തിൽ വന്ന് കാത്തുനില്ക്കാം, മുനീർ കൃത്യസമയത്ത് എത്തണം എന്നു പറഞ്ഞുറച്ചു.

ഇശൽ: തൊങ്കൽ

"ഫറ്സും ഒരുക്കാനചമയമൊക്കാ
പാതിലൈലിൽ ഞാൻ ഒരുക്കിനില്ക്കാം
ഉറച്ചെ സമയത്തിൽ ഉമെ എത്തെണം
ഉദിമുൻ പതിനാടും കടന്നീടെണം."

അങ്ങനെ സൂര്യോദയത്തിന് മുമ്പ് രാജ്യാതിർത്തി കടന്നുപോകുവാൻ അവർ തീരുമാനിച്ചു.

"ശർത്തിപ്പടി തമ്മിൽ പറഞ്ഞുറച്ച്,.
ശൗക്കകടൽരണ്ടും പതപതച്ച്
സുർഹാൽമുഖം മുത്തിമണത്ത് പാരം
സൂക്ഷിച്ചിരുപേരും പിരിന്തന്നേരം."

അപ്രകാരം നിബന്ധനകൾ പറഞ്ഞുറച്ചു രണ്ടാളുടെയും ഹൃദയത്തിലെ പ്രേമസാഗരം തിളച്ചു മറിഞ്ഞു. രണ്ടുപേരും കൊത്തിപ്പിടിച്ചു ഉമ്മവെച്ചു പിരിഞ്ഞു.

എന്നാൽ വിധിവൈപരീത്യം രണ്ടാളുടെയും ലക്ഷ്യം തകർത്തു. രഹസ്യസംഭാഷണങ്ങൾ കോണിച്ചോട്ടിൽ കിടന്നിരുന്ന മുക്കുവൻ അബുസയ്യാദ് കേട്ടിരുന്നു. അവൻ താമസം വിനാ കാര്യങ്ങൾ മന്ത്രിയുടെ ശ്രദ്ധയിൽപ്പെടുത്തി. മന്ത്രി തന്ത്രത്തിൽ മകനെ തടങ്കലിൽ വെച്ചു.

നിശ്ചയിച്ച പ്രകാരം രാത്രിയിൽ ഹുസുനുൽ ജമാൽ എല്ലാ ഒരുക്കങ്ങളുമായി പൂന്തോട്ടത്തിൽ എത്തി. ബദറുൽ മുനീറിനെ കാണുന്നില്ല. രാജകുമാരി കാത്ത് അസ്വസ്ഥയായി. എന്തുപറ്റി എന്നറിയാനും കഴിയുന്നില്ല. നേരം പുലർന്നാൽ അതിലേറെ കുഴപ്പമാകും. ഇരുട്ടത്ത് ഒരാൾ വരുന്നത് കണ്ടു. കാമുകനാണെന്ന് അവൾക്കു തോന്നി.

"ഒരുത്തനെത്തന്നെ നിനച്ചിരുന്നാൽ
വരുന്നതെല്ലാം അവനെന്നു തോന്നും."

പെട്ടെന്ന് ഹുസുനുൽ ജമാൽ അവനോടു "കേറൂ നമുക്കു പോകാം" എന്നുപറഞ്ഞു. അവൻ കുതിരപ്പുറത്ത് അവളുടെ പിന്നിലായി കേറി. കുതിരയെ അടിച്ചുവിട്ടു. നേരം പുലർന്നപ്പോൾ രാജ്യാതിർത്തി കടന്നു എന്നു മനസ്സിലായി. കുതിരയെ നിർത്തി താഴെ ഇറങ്ങി. ആളെക്കണ്ടപ്പോൾ അവൾ ഞെട്ടിപ്പോയി. അബുസയ്യാദ് വിറച്ചുകൊണ്ടു നില്ക്കുന്നു. ചതി പറ്റി എന്ന് അവൾക്കു ബോധ്യമായി. അവൾ അരിശംപൂണ്ടു വാളൂരി. പക്ഷേ, ഒന്നും ചെയ്തില്ല. താൻ രാജകുമാരിയുടെ ആജ്ഞ അനുസരിക്കുക മാത്രമേ ചെയ്തുള്ളൂ എന്നായിരുന്നു അവന്റെ മറുപടി.

രാജകുമാരിയെ കാണാതായതറിഞ്ഞു കൊട്ടാരം അതീവദുഃഖത്തിലായി. മന്ത്രികുമാരനെ തുറന്നു വിട്ടു. പിന്നീട് രണ്ടുപേരും അന്യോന്യം

അന്വേഷിച്ചു കണ്ടുപിടിക്കാൻ നടത്തുന്ന പരിശ്രമങ്ങളാണ് കഥയിലെ ബാക്കിഭാഗം.

പ്രണയിക്കുകയും ഒരുമിച്ചു ജീവിക്കാൻ ആഗ്രഹിക്കുകയും ചെയ്തതിന്റെ പേരിൽ അവർ അനുഭവിക്കേണ്ടി വന്ന ദുരിതാനുഭവങ്ങളുടെ സംഭവ പരമ്പരകൾ ഹൃദയാവർജ്ജകമായി വൈദ്യർ വർണ്ണിച്ച് വരച്ചു കാണിക്കുന്നു.

ഒരു സംഭവം വിവരിക്കാം.

യാത്രയ്ക്കിടയിൽ ഹുസുനുൽ ജമാൽ എത്തിപ്പെട്ടത് ബഹുജർ ചക്രവർത്തിയുടെ രാജ്യത്താണ്. ചക്രവർത്തി ജമാലിനെ കാണാൻ ഇട വരുന്നു. അവളുടെ മനംകവരുന്ന സൗന്ദര്യത്തിൽ അദ്ദേഹം ആകൃഷ്ടനായി. ഒരു വൃദ്ധ മുഖേന പ്രേമാഭ്യർത്ഥനയും വിവാഹാലോചനയും നടത്തി. ജമാൽ ആകട്ടെ, അത് തള്ളിക്കളഞ്ഞു. അവളെ പിടിച്ചുകൊണ്ടുവരാൻ രാജാവ് പട്ടാളത്തെ അയച്ചു. അവൾ പട്ടാളവുമായി ഏറ്റുമുട്ടി പട്ടാളക്കാരിൽ ചിലർ മരിച്ചു വീണു. ബാക്കിയുള്ളവർ ഓടി രക്ഷപ്പെട്ടു. അവരെ പിന്തുടർന്ന് ജമാൽ ചക്രവർത്തിയുടെ തന്നെ പൂന്തോട്ടത്തിൽ എത്തിച്ചേരുന്നു. ക്ഷീണിതയായ അവൾ പൂന്തോട്ടത്തിൽ വിശ്രമിച്ചു. അവിടെ കണ്ട തടാകത്തിൽ ഇറങ്ങി കുളിച്ചു. ആ ഭാഗം നോക്കുക.

ഇശൽ: കപ്പപ്പാട്ട്

“അപ്പോൾ ഹുസുനുൽ ജമാൽ തൻ തടിക്ക്
അരുതായ്മയും കീമ് ദാഹങ്ങൾ പൂക്കും
ചെപ്പാൻ അരശൻ സുഖം കൊള്ളും തോപ്പ്
ജനം ചൊല്ലും ബാഗസ്സുറുറം ബളപ്പ്
സൂപ്പു പഴങ്ങൾ നഹാറും പെരിപ്പം
സുന്നാരം വീശും റിഹാറും അതൃപ്പം
അപ്പുത്തടത്തിൽ ഇറങ്ങി കുളൽതാൻ
അഹലാലും ചട്ട കളിത്ത് ഭരിത്താൻ”

ചില്ലറ പരിക്കുകളും അതിയായ ക്ഷീണവും. ആ പൂത്തടത്തിൽ ഇറങ്ങി കുളിച്ചു. കുളി കഴിഞ്ഞപ്പോൾ ഉറങ്ങിപ്പോയി. ഉറക്കത്തിൽ അവൾ തന്റെ പ്രിയപ്പെട്ട കാമുകനെ സ്വപ്നം കണ്ടു. ഒരു പൂമരത്തിന്റെ കൊമ്പത്ത് രണ്ടാളും ഇരുന്നു ഉറുമാൻപഴം തിന്നുതായാണ് കിനാവ്.

“കണ്ടാർ ബദ്റുൽ മുനീറവളൊത്ത്
കണ്ടൊരു പൂമരം തൻ ശുഅ്ബത്ത്
രണ്ടാരും ജാലിസിൻ കൂടി പറിത്തെ
രസമുറ്റു ഉറുമാൻ പഴവും ഭുജിത്തെ
നിണ്ടാവർ മോഹം കവിഞ്ഞ് പിടിത്തെ
നമ്പിതുലയാമൽ മുത്തിമണത്തെ.”

സ്വപ്നത്തിൽ രണ്ടാളും പ്രേമാധിക്യത്താൽ കെട്ടിപ്പിടിച്ച് മുത്തിമണത്തു എന്നാണ് കവിയുടെ ഭാഷ്യം. അപ്പോൾ ഉറക്ക് ഞെട്ടി സെക്ക

യറ് പൊട്ടി, പൂമരത്തിന്റെ കൊമ്പ് പൊട്ടി, സ്വപ്നലോകത്തുനിന്നു ഭൂമിയിലേക്ക് വീണു. ആ കാര്യങ്ങളാണ് താഴെ പറയുന്നത്.

“മണക്കുമ്പോൾ ശജറ് കൊമ്പ് മുറിന്ത് താനെ
മനം ഞെട്ടിയെമ്മെരണ്ടും ഭൂവിയിൽ വീണെ
ഉണർന്നപ്പോൾ കിനാവിന്ന് ഹുസുനുൽ ജമാൽ
ഉടയോനെ സഹിത്ത് നാൻ ഇരിക്കാ, ഈഹാൽ”

ഉറക്കം ഉണർന്നപ്പോൾ അനുഭവപ്പെട്ട വിരഹവേദന സഹിക്കാനാവാതെ അവൾ വിലപിക്കുന്നു. അവൾ ആത്മഗതം പറയുന്നു. ‘പടച്ചവനെ ഈ സ്ഥിതിയിൽ എനിക്ക് ജീവിക്കാൻ സാദ്ധ്യമല്ല. എന്റെ പ്രാണനാഥനെ പിരിഞ്ഞു നില്ക്കുന്നതിനേക്കാൾ സുഖം എന്റെ ദേഹത്തിൽ നിന്നും ജീവൻ വെടിയലാണ്” എന്നവൾ പറഞ്ഞു പോയി.

“തൂണുമുത്തെൻ മഹബൂബ് പിരിഞ്ഞതിലും
സുഖമല്ലോ തടിറൂഹ് പിരിഞ്ഞെങ്കിലും”

ഇതിലേറെ സുഖം മരണമാണെന്നവൾ വ്യാകുലപ്പെട്ടു കരയുന്നു.

ഇനി നമുക്ക് ബദറുൽ മുനീറിന്റെ സ്ഥിതി എന്തായി എന്ന് പരിശോധിക്കാം. അവൻ ജമാലിനെ അന്വേഷിച്ചു പല നാടുകളും കാടും മേടും കടന്ന് ജിന്ന് ഭൂതപ്രേതങ്ങളുടെ ഇടയിൽ പെട്ടു കുടുങ്ങി നട്ടം തിരിയുകയാണ്. രക്ഷപ്പെടാൻ മാർഗ്ഗമില്ലാതെ കുഴങ്ങി. ആ കൂട്ടത്തിൽ ഒരു ജിന്ന് സ്ത്രീ മുനീറിന്റെ സൗന്ദര്യത്തിൽ ആകൃഷ്ടയായി. അയാളിൽ അനുരക്തയായി മുനീറും തന്ത്രപരമായി അവളോട് അടുപ്പത്തിലായി. അവളിൽനിന്നും മനസ്സിലാക്കിയ ഒരു ഒറ്റ മൂലികയുടെ പ്രയോഗത്താൽ അവിടെ നിന്നു രക്ഷപ്പെട്ടു. പറന്നുയർന്ന് സ്ഥലംവിട്ടു. തന്റെ കൈയിൽ കിട്ടിയ മാന്ത്രികശക്തികൊണ്ട് അവിടത്തെ ജിന്ന് ഭൂതങ്ങളുടെ കൊട്ടാരമായ ഒരു വലിയ കൊട്ടാരത്തിന്റെ മുമ്പിലെത്തി. ആ കൊട്ടാരത്തെ കവി വരച്ചു കാണിക്കുന്നതിങ്ങനെയാണ്.

ഇശൽ വിട്ടതായുര പേശലാം

“തട്ടതിൽ പണിപ്പെട്ട് കോപ്പുകൾ മട്ടിടാഖൊശിസാധനം
താലമെപതിനാലിലും പതിമേയിൽ പണിമേതരം
തിട്ടമാം ഖസ്ർ തട്ട് മേൽ നടുമാടയായൊരു ഖുബ്ബതാൻ
ചെപ്പുകിൽ ചില ചിപ്പമുണ്ട് ചുകപ്പതായെഹഖീഖിനാൽ”

ഇതെ ഇശലിൽ (വൃത്തം) ഉള്ള ഒരു കവിത മഹാകവി കുഞ്ചൻ നമ്പ്യാരുടെ തുള്ളൽക്കഥകളിൽ കാണാം.

വൃത്തം: വിട്ടതായുര പേശലാം

“മുറ്റമൊക്കെയടിച്ച് തൂത്ത് തളിച്ചു ഭംഗി വരുത്തണം
മറ്റു മനവധി വെങ്കലങ്ങൾ തുടച്ചു വെണ്മതിളക്കണം.
മറ്റു ദാസികളോടു ചേർന്നു പുറത്തളത്തിലിരിക്കണം
കുറ്റമശ്ശനികൾക്ക് വരുമതിലൊട്ടുതാൻ പിഴയേല്ക്കണം.”

വൈദ്യരും നമ്പ്യാരും ഏതാണ്ട് ഒരേ കാലഘട്ടത്തിന്റെ പ്രതിനിധി കളായിരുന്നു. വൈദ്യർക്ക് ഭാഷാസാഹിത്യത്തിലും നല്ല പിടിപാടുണ്ടാ യിരുന്നതായി പല രചനകളും കൊണ്ടു മനസ്സിലാകുന്നതാണ്.

മുനീർ കാണുന്ന കെട്ടിടം പതിനാല് നിലകൾ ഉള്ളതും, നടുവിൽ ഒരു ഗോപുരവും ചുവപ്പുനിറത്തിലുള്ള രത്നങ്ങൾ പതിച്ചതും കൊത്ത് വേലകൾ കൊണ്ടു കണ്ണഞ്ചിക്കുന്നതുമായ ഒരു വലിയ കൊട്ടാരം തന്നെ യാണ്. ആ കെട്ടിടം ജിന്നുലോകത്തെ മഹാറാണിയുടെ കൊട്ടാരമാണ്. അതിന്റെ പതിനാലാമത്തെ നിലയിൽ തന്റെ പക്കലുള്ള മാന്ത്രിക ശക്തി കൊണ്ട് അവൻ കടന്നു കയറി.

അത്ഭുതകരമായ കാഴ്ചയാണ് മുനീർ അവിടെ കണ്ടത്. ഖമറുബാൻ രാജ്ഞിയും, നാല്പത് തോഴിമാരും പൂർണ്ണനഗ്നകളായി കിടന്നുറങ്ങുന്നു. ആ വിചിത്രമായ കാഴ്ച കവി വികാരോദ്ദീപകമായി വരച്ചുകാണിക്കുന്നു.

ഇശൽ: ഓശാവിരുത്തം

“കണ്ടാർ അക്കട്ടുമ്മൽ ബണ്ടാരുളതഖ്
ത്തൊണ്ടതിലുണ്ടാനെ ഒരുത്തി
കഹനിൽ ഉദിത്തെ ഖമർ പോൽമുഖം
കത്തി, ലങ്കിമറിന്താനെ
വണ്ടിറകൊത്തെ കറുപ്പ് മുടികെട്ടും
വില്ലുലകോല്പാനെ തിലകം
വാർച്ചമുഖം മൂക്കും പോർപവിഴച്ചുണ്ടും
കാറക്കഴുത്താനെ
കിണ്ടികിലശം ഇരിപ്പൊനൻ ചെപ്പൊ
മതിപ്പോ ഉറപ്പാനെ - നൽകുഞ്ഞി
ക്കിണ്ണ മൊകണ്ണാടി കട്ടിമഷിയിട്ടെ
വട്ടമുലയാനെ.”

അങ്ങനെ ആ നഗ്നസുന്ദരികളുടെ അംഗലാവണ്യത്തെ വർണ്ണിച്ചു മാദകലഹരിയിൽ ആറാടിയ ഒരു രംഗം കാഴ്ചവെക്കുന്ന കവി, ആ വർണ്ണന അവസാനിപ്പിക്കുന്നത് ഇങ്ങനെയാണ്.

“മധുരകക്കന്നി മലർന്ത് കിടന്തൻതെ
കൈബത്ത് നത്താനെ- അണൈത്ത്
മത്തെകൈ സീറോടണൈത്തിരുപാദവും
നീട്ടിപ്പിണൈത്താനെ
ബദനകത്തില്ല തുകിൽഒണ്ടും ചൊല്ലാ
വതുക്ക് ഉരിയാനെ - തരത്തിൽ
ബഞ്ചിയാൾ മൊഞ്ചലിൽ കഞ്ചകനെഞ്ചും പിൻ
തഞ്ചങ്ങൾ കണ്ടാനെ.”

ആ നഗ്നമായ മാദകകന്യക ഒരു കൈ ശരീരത്തോട് അണച്ചുവെച്ചും മറ്റേ കൈ തലയോട് ചേർത്തു വച്ചും കൈകാലുകളും നീട്ടിപ്പിണച്ച് കിട

ക്കുന്നു. ശരീരത്തിൽ നൂലിഴ വസ്ത്രംപോലും ഇല്ല. ആ അവസ്ഥയിൽ സ്വർണ്ണനിറമുള്ള അവളുടെ നെഞ്ചും മാറും മുഖവും മുനീർ നോക്കി അത്ഭുതപരതന്ത്രനായി നില്ക്കുന്നു. ഒരുനിമിഷം മനസ്സു പതറിപ്പോയോ? ഇല്ല. അവൻ ഒന്നും ചെയ്തില്ല. പക്ഷേ,

"മദനക്കടൽ ഓളം മുന്തി ചിറന്ത്
മറിന്ത് മികന്താനെ അടുത്ത്
മാതളം എൻന്തളകൊങ്കയും മാറും
തടകിമണത്താനെ."

മാദകലഹരിയാർന്ന ആ സൗന്ദര്യധാമത്തെ നോക്കി അന്തംവിട്ടു നില്ക്കുന്ന മുനീർ അടുത്ത് ചെന്ന് മുഖവും മാറും ഒന്ന് തടവി, ഒരു ചുംബനം അർപ്പിച്ചു. പെട്ടെന്ന് അവന്റെ ഹൃദയത്തിൽ ഒരു മിന്നൽപ്പിണർ പോലെ തന്റെ പ്രേമഭാജനത്തിന്റെ രൂപം കടന്നുവന്നു. ദുഃഖപരവനായി. ആ മനോവികാരം വൈദ്യർ തന്മയത്വത്തോടെ ചിത്രീകരിക്കുന്നു.

"തടകിമണത്തെ സമയത്ത്
ഉടനവനെത്തി മനസ്സുള്ളിൽ
സരസിജമുറ്റെ മധുരത്തേൻ
ഹുസുനുൽജമാല-അവളുടെ
തരമഹ്ദൊക്കെ മറന്നീടും
എനതുടെ ഹാലാ..."

കാമുകിയുടെ സ്മരണയിൽ ദുഃഖക്കയത്തിൽ ആണ്ടുപോയ ബദ്റുൽ മുനീർ, കണ്ണ് നനഞ്ഞു, നെഞ്ചുരുകി അയാൾ കൈകൾ ഉയർത്തി ദൈവത്തോട് പ്രാർത്ഥിച്ചു.

"കടുകവെഹക്കായ് ഉടയോനെ
ഒടുവിൽ ഒരിക്കൽ അവളിൽ എൻ
ഖസദൊരുമിക്കാൻ വിധിയെങ്കിൽ
നമൈ എനിപാത്തൊ-ഒരുവരും
കനിയവളൊപ്പം അണയാമൽ
കരുതി നീ കാത്തോ."

ഹക്കായ പടച്ചവനെ! മരിക്കുന്നതിന് മുമ്പ് എന്റെ പ്രേമഭാജനത്തോട് എന്നെ അടുപ്പിച്ചു തരണമേ. അവളിൽ മറ്റൊരു പുരുഷനും അണയാൻ ഇടം കൊടുക്കാതെ നീ കാത്തു സംരക്ഷിക്കേണമെ എന്ന് നെഞ്ചുരുകി പ്രാർത്ഥിച്ചു.

ബദറുൽ മുനീറാവട്ടെ, ജിന്നുകളുടെ ലോകത്തുനിന്ന് രക്ഷപ്പെടാനാവാത്ത വിധം കെട്ടുപിണഞ്ഞ് നട്ടം തിരിയുകയാണ്. ജിന്ന് സുന്ദരി ജമീല, മുനീറിൽ അനുരക്തയാണ്. എന്നാൽ മുനീർ ജിന്നു രാജാവ് മുശ്ത്താഖിന്റെ സഹോദരി സുഫൈറയുടെ വലയിൽ കുടുങ്ങി രക്ഷപ്പെടാൻ കഴിയാതെ വിഷമിക്കുകയാണ്. ജമീലയുടെ തോഴിയായ ജുമൈലത്ത് മുശ്ത്താഖുമായി അടുപ്പത്തിലാണ്. അവളുടെ അപേക്ഷപ്രകാരം മുശ്ത്താഖ് സ്വന്തം സഹോദരിയുടെ തടങ്കലിൽനിന്നും മുനീറിനെ രക്ഷ

പ്പെടുത്തി. ക്ഷീണിതനായ മുനീർ മുശ്ത്താഖിനെയും കൂടെ ജുമൈല ത്തിനെയും കണ്ട് സന്തോഷിച്ചു. ബദറുൽ മുനീർ തന്റെ ദുഃഖകഥ മുശ്ത്താഖിനോട് വിവരിച്ചു പറഞ്ഞു. തന്റെ നഷ്ടപ്പെട്ട കാമുകി ഹുസു നുൽ ജമാലിനെ കണ്ടുപിടിക്കാൻ സഹായിക്കണമെന്ന് അപേക്ഷിച്ചു.

എന്നാൽ ഹുസുനുൽ ജമാൽ, അപ്പോൾ മുശ്ത്താഖിന്റെ കസ്റ്റഡി യിൽ ആണ് ഉള്ളത്. അവളും മുശ്ത്താഖിനോട് എല്ലാം സംഭവങ്ങളും വേദനയോടെ പറഞ്ഞിരുന്നു. മുനീറിന്റെ വിവരണവും കൂടി കേട്ടപ്പോൾ മുശ്ത്താഖിനും ജുമൈലത്തിനും മുനീറും ജമാലും അന്യോന്യം കാമൂ കീകാമുകന്മാരാണെന്നും അവരുടെ ദിവ്യപ്രേമം അത്രയ്ക്കും കടുത്ത താണെന്നും ബോദ്ധ്യമായി. അവർ രണ്ടാളെയും ഇണചേർക്കാൻ തീരു മാനിച്ചു.

വർണ്ണശബളവും ദീപാലങ്കൃതവുമായ ഒരു മണിയറ ഒരുക്കി. അന്ന് രാത്രി തന്നെ മുനീറും ജമാലും ഉറങ്ങിക്കിടന്നിരുന്ന കട്ടിലുകൾ അവർ അറിയാതെ അടുപ്പിച്ച് ആ മുറിയിലാക്കി. ഗാഢനിദ്രയിൽ അവർ രണ്ടാളും ഒരുമിച്ചു. ഉറക്കത്തിൽ അന്യോന്യം ശരീരസ്പർശം അനുഭവപ്പെട്ടപ്പോൾ അവർ ഉണർന്നു.

അവർക്ക് അത് വിശ്വസിക്കാൻ കഴിഞ്ഞില്ല. ഇടിവെട്ടേറ്റ് തരിച്ച പോലെ രണ്ടാളും അല്പനേരം സ്തബ്ധരായി നിന്നു. ഇരുവരും കണ്ണു കൾ തുടച്ചു, വീണ്ടും വീണ്ടും നോക്കി. ആഹ്ലാദത്തിന്റെ അലകടൽ തിള ച്ചുമറിഞ്ഞു. സന്തോഷം താങ്ങാനാവാതെ അവർ പൊട്ടിക്കരഞ്ഞു. അവർ പരസ്പരം കെട്ടിപ്പുണർന്നു.

കൂട്ടിപിടിച്ചും പൊട്ടിക്കരഞ്ഞും മനം നൊന്ത് വിലപിച്ചും കണ്ണീർക്ക യത്തിൽ മുങ്ങി ഇരുവരും കഴിഞ്ഞുപോയ പത്തുകൊല്ലത്തെ കദനകഥ അന്യോന്യം പറഞ്ഞു. ആ ഭാഗം കവി ഹൃദയസ്പൃക്കായി അവതരിപ്പി ക്കുന്നു.

“മണത്ത് മാരൻ കരയും വേളൈ
ഹുസുനുൽ ജമാൽ അളുകൈ
മനത് നൊന്ത് ചീന്തിചീങ്കി
കലങ്കിക്കണ്ണീർ ഒളുകൈ
അണത്ത് വട്ടമുഖവും തോളും
പുതത്തെ പട്ടും മുളുകൈ
അളവില്ലാതെ തേങ്കി, തേങ്കി
കുലുങ്ങിക്കന്നിമാളികൈ”

മേൽവരികൾ വ്യഖ്യാനമില്ലാതെ തന്നെ നമുക്ക് മനസ്സിലാക്കാം. മഹാ കവി കുമാരനാശാൻ പറയുന്നു:

പഴകിയതരുവല്ലി മാറ്റിടാം
പുഴയൊഴുകും വഴിവേറെയാക്കിടാം
കഴിയുമിവ, മനസ്വിമാർ മന
സ്സൊഴിവതശക്യമൊരാളിലൂന്നിയാൽ

സന്തോഷപുളകിതരായ യുവമിഥുനങ്ങൾ ജിന്നുരാജാവ് മുശ്ത്താഖിന്റെ സഹായത്തോടെ സ്വന്തം രാജ്യത്തേക്ക് പുറപ്പെട്ടു. കൊട്ടാരത്തിൽ അത്യാഹ്ലാദം അല തല്ലി. ശുഭമുഹൂർത്തത്തിൽ മുനീറിന്റെയും ജമാലിന്റെയും രാജകീയ വിവാഹം നടന്നു. മുശ്ത്താഖും ജിന്നു സമൂഹവും വിവാഹാഘോഷത്തിൽ പങ്കുചേർന്നു. അങ്ങനെ ആ കഥ സുഖപര്യവസായിയായി അവസാനിച്ചു.

വൃദ്ധരായ രാജാവ് മഹസിനും മന്ത്രി മസാമീറും രാജ്യഭാരം ബദറുൽ മുനീർ-ഹുസുനുൽ ജമാൽ ദമ്പതികളെ ഏല്പിച്ച് രണ്ടാളും സന്ന്യാസം സ്വീകരിച്ചു വിടവാങ്ങി. കിസ്സപ്പാട്ടുവിവരണം ഇവിടെ നിർത്തി, പടപ്പാട്ടിലേക്ക് കടക്കാം.

പടപ്പാട്ട്

വീരരസ പ്രധാനമായ യുദ്ധവർണ്ണനകളാണ് മാപ്പിളപ്പാട്ടിന്റെ ജീവൻ. വടക്കൻ പാട്ടുകളിൽ തച്ചോളി ഒതേനൻ, ഉണ്ണിയാർച്ച എന്നിവരെ പറ്റിയുള്ള പാട്ടുകൾ, അവരുടെ യുദ്ധ സാഹസങ്ങളെ പറ്റിയുള്ള വർണ്ണനകൾ ആവേശകരമായിരുന്നു എന്നുവേണ്ട *മഹാഭാരതം, രാമായണം* തുടങ്ങിയ ഇതിഹാസങ്ങളിലെ വീരസാഹസിക രംഗങ്ങളുടെ ഉജ്ജ്വലമായ വർണ്ണനകൾ വികാരോദ്ദീപകങ്ങളായിരുന്നു. അപ്രകാരം തന്നെ ഇസ്ലാമിക ചരിത്രത്തിലെ ധർമ്മയുദ്ധങ്ങൾ ആയിരുന്നു ബദർ, ഉഹദ്, ഖൈബർ, ഷാം തുടങ്ങിയ സ്ഥലങ്ങളിൽ വെച്ചു നടന്ന സംഘട്ടനങ്ങൾ. അത്തരം ചരിത്രസംഭവങ്ങൾ വിവരിക്കുന്ന പാട്ടുകൾ പുരാതനമായിത്തന്നെ മാപ്പിളമാർക്കിടയിൽ പ്രചാരത്തിൽ ഉണ്ടായിരുന്നു. മോയിൻകുട്ടി വൈദ്യർ, ചാക്കീരി മൊയ്തീൻ കുട്ടി, ചേറ്റുവ പരീക്കുട്ടി എന്നീ കവികളുടെ യുദ്ധവർണ്ണനകൾ മാപ്പിളമാരുടെ ഇതിഹാസങ്ങളായിരുന്നു. പടപ്പാട്ടുകൾ പാടി വ്യാഖ്യാനം പറയുന്ന സദസ്സുകൾ സുലഭമായിരുന്നു. ജനങ്ങൾ ആ സദസ്സുകളിൽ കൂട്ടമായി സംബന്ധിച്ചിരുന്നു. മാപ്പിളമാരെ സമരോത്സുകരാക്കാനുതകുന്ന ഈ പാട്ടുകൾ പാടി പറയുന്ന സദസ്സുകൾ ബ്രിട്ടീഷുകാർ നിരോധിക്കുകപോലും ചെയ്തിരുന്നു. അത്രയ്ക്കും സമരവീര്യ പ്രധാനങ്ങളായിരുന്നു അവ.

ഇസ്ലാമിക ചരിത്രത്തിലെ പ്രധാനപ്പെട്ടതും ആദ്യത്തേതുമായ യുദ്ധമായിരുന്നു ബദർ യുദ്ധം. നബിയെയും വളർന്നു വരുന്ന അദ്ദേഹത്തിന്റെ പ്രസ്ഥാനത്തെയും ഉന്മൂലനം ചെയ്യാൻ ഉള്ള ശത്രുപക്ഷത്തിന്റെ ശക്തമായ ആക്രമണമായിരുന്നു അത്. നബിയുടെ പക്ഷത്ത് ദുർബ്ബലമായ ശക്തിമാത്രം. അഞ്ചു കുതിരകളും എഴുപത് ഒട്ടകങ്ങളും ഏതാനും ആയുധങ്ങളും മാത്രമാണുണ്ടായിരുന്നത്. ആൾബലവും നന്നെ കുറവായിരുന്നു. കേവലം മുന്നൂറിൽപ്പരം സഹാബികൾ മാത്രം. മുൻപന്തിയിൽ

മൂന്നു കൊടികൾ പിടിച്ചിരുന്നു. ഒന്നു വെളുത്തതും രണ്ടെണ്ണം കറുത്തതും. വെള്ളക്കൊടി മിസ് അബ്ബ്നു ഉമൈറും കറുപ്പുകൊടികളിൽ ഒന്ന് അലിയും മറ്റേത് സഅദ്ബ്നുമു ആദും. നബിയുടെയും സഹാബികളുടെയും യുദ്ധത്തിനുള്ള പുറപ്പാട് മഹാകവി മോയിൻകുട്ടി വൈദ്യർ അവതരിപ്പിക്കുന്നത് ആവേശകരമാണ്.

ഇശൽ: ഒയ്യേ എനിക്കുണ്ട്

“ബദർറുൽ ഹുദായാസീനൽ നബി ഖറജായന്നേരം
ബളർ കൊടി മൂന്നെണ്ണം കെട്ടിടൈ അതിലൊണ്ടെ
അബ്‌യള്-വർണ്ണമതാം പിൻരണ്ടും അസ്‌വദും ആ മെ
സദദകുടൈ കോൾപൊങ്കും തിരുകരമാൽ ഒണ്ടാമ-
ത്തതിനെ നബിതൻ തോളർ മിസ് അബ് ലിന്താർ
അവരത് - തനൈ പിടി ചെയ്താറ്റൽ മുമ്പിലെ നിലയാകയ്
ഇതമൈ ഉഖബാം സത്തിപുലി അലിയാർ തങ്കൾക്ക്
ഇയതലമാം മുണ്ടാം സഅദ്ബ്നുമു ആദിൽ
അരശരെ-ഇടവലവും നിണ്ടാറങ്കവർ ഇരുപേരും”

ഏറ്റവും മുന്നിൽ വെള്ളക്കൊടി പിടിച്ച് മിസ് അബും, തൊട്ടു പിന്നിൽ നബി തിരുമേനിയും നബിയുടെ ഇടത്തും വലത്തും ഭാഗങ്ങളിൽ അലിയും മുഅദും കറുപ്പ് കൊടികൾ ഏന്തിക്കൊണ്ടുമാണ് പുറപ്പാട്. പിൻനിരയിൽ അനുചരന്മാരും അണിനിരന്നു മുന്നോട്ടു നീങ്ങി. ഞങ്ങൾക്ക് സമാധാനമാണ് വേണ്ടത് എന്നു സൂചിപ്പിക്കുന്നു വെള്ളക്കൊടി, യുദ്ധത്തിൽ ആൾനാശവും നഷ്ടകഷ്ടങ്ങളും ഉണ്ടാകും. അതിൽ ഞങ്ങൾക്ക് ദുഃഖമുണ്ട് എന്നതാണ് കറുപ്പു കൊടികളുടെ സൂചന.

നബിതിരുമേനി തന്നെയാണ് മുമ്പിൽനിന്നു പടയ്ക്ക് നേതൃത്വം കൊടുക്കുന്നത്. ധർമ്മയുദ്ധങ്ങളുടെ എല്ലാം മാതൃക അത് തന്നെയായിരുന്നു. മഹാഭാരതയുദ്ധത്തിൽ വില്ലാളി വീരനായ അർജ്ജുനന്റെ തേരാളിയായി യുദ്ധത്തിനു നേതൃത്വം കൊടുത്തത് ശ്രീകൃഷ്ണനായിരുന്നു. അർജ്ജുനനും കൃഷ്ണനും ഒരുമിച്ചു യുദ്ധമുന്നണിയിൽ മുൻപന്തിയിൽ തിളങ്ങി നില്ക്കുന്ന രംഗം മഹാകവി തുഞ്ചത്തെഴുത്തച്ഛൻ *മഹാഭാരത*ത്തിലെ കർണ്ണപർവ്വത്തിൽ വർണ്ണിക്കുന്നത് എത്ര രസകരമാണ്.

“വിജയനെത്തേരിൽ വിളങ്ങിക്കാണായി
വിഭൂതകളധിപതിയോടും കൂടി
തരുണ ഭാസ്കരനരുണനോട് കൂ
ടൊരുമിച്ച് തെളിഞ്ഞുദിച്ചതു പോലെ.”

യുദ്ധമുന്നണിയിൽ അർജ്ജുനനും കൃഷ്ണനും സൂര്യ-ചന്ദ്രന്മാർ ഒരുമിച്ച് ഉദിച്ചതുപോലെ തേരിൽ ഉരുമ്മിനിന്നുകൊണ്ട് യുദ്ധത്തിന് നേതൃത്വം കൊടുക്കുന്ന കാഴ്ച തിളക്കമാർന്നതായിരുന്നു.

നമ്മുടെ വിഷയം ബദർ യുദ്ധമാണ്. അതിലേക്ക് തിരിച്ചു വരാം. നബിയുടെ ഭാഗത്തുള്ള സന്നാഹം ശുഷ്കിച്ചതായിരുന്നു എന്നു പറഞ്ഞു

വല്ലോ. എന്നാൽ മറുഭാഗത്ത് ശത്രുപക്ഷം ഖുറൈശിത്തലവനായ അബു ജഹലിന്റെ നേതൃത്വത്തിൽ യുദ്ധത്തിനു പുറപ്പെടുന്നത് ഗംഭീരം തന്നെ യാണ്. അബു ജഹലിന്റെ ഭാവവും അഹങ്കാരവും അതിനൊത്ത വേഷ ഭൂഷാദികളും വൈദ്യർ വരച്ചു കാണിക്കുന്നു.

ഇശൽ: ഓശാകൾ

"പുറപ്പെട്ട ബുജാഹിലുടൻ ഖിബ്ർ
പൊങ്കിയെളുന്ത് ലിബാസ് ചമൈന്ത്
പുതുമാഖസബിട്ടെകൽവെത്തെ
ഹരീറുമുടുത്തിടവെ - മികമിക
വായ പുട്ടുകളാൽ-ഇളം, മേൽമചട്ടങ്ങളും
അരൈനാടചുട്ടികളും - പലപണി
പുതുവായ് എടുത്തൊരു ഖാത്തം
വിരൽക്ക് പതിത്തിടലായ്
മറിയും സുവനം പലെജൗഹറും
വെത്ത് പണിത്തൊരു താജത്ചൂടി
മനതിൽ ഖിബ്ർ എത്തിരെയേറു
വതത്തിരയും ചിതയായ് പുനയവെ
നാഗവജ്ജിരമാം- ഒരുവാൾ കൈക്കമൈ
നടുമേടപട്ടയുമെ - അതിനകം
മഹാവേലുകൾ ഒക്കെ ഇതത്തിൽ
എടുത്ത് മതിത്തിടലാം..."

വർണ്ണശബളമായ വസ്ത്രങ്ങളും തിളങ്ങുന്ന മെയ്യാഭരണങ്ങളും അണിഞ്ഞ അബു ജഹൽ രത്നഖചിതമായ കിരീടം തലയിൽ വെച്ച്, നാഗവജ്രംകൊണ്ടുള്ള മിന്നുന്ന ഒരു വാൾ കൈയിലും പിടിച്ചാണ് ഇറക്കം. കല്ല് വെച്ച പച്ച നിറത്തിലുള്ള പട്ടുകൊണ്ടുള്ള ഉടുവസ്ത്രം കസബ് തുന്നിപ്പിടിപ്പിച്ചതായിരുന്നു. ഏത് നിലയ്ക്കും ഉന്നതനാണ് എന്ന ഗർവ്വ് കൊണ്ട് കണ്ണ് കാണാത്ത നിലയിലാണ് അദ്ദേഹത്തിന്റെ വരവ്. ജഹലും സംഘവും ഏതാണ്ട് ആയിരത്തി ഇരുനൂറിൽപ്പരം ആയുധധാരികളായ പടയാളികളോട് കൂടി 'കഅബ' ദേവാലയത്തിന്റെ മുമ്പിൽ വന്നുകൂടി. ബദറിലേക്ക് പുറപ്പെടുന്നതിന് മുമ്പ് ദേവാലയത്തിന്റെ 'ഖില്ല' (കഅബയെ മൂടുന്ന വസ്ത്രം) പിടിച്ചുകൊണ്ട് അബുജഹാൽ നടത്തുന്ന പ്രാർത്ഥന കവി ഉദ്ധരിക്കുന്നത് ഇപ്രകാരമാണ്.

"ഇറയോനെ ഹാദൽബൈത്തുടെ
നായനെ ഹഖൊട് ബാത്തില് രണ്ടിന്
ഇടയായ് പിരിത്തരുളീട് നീ ഇന്ത ദിനം തനിലെ
നമതിരുഭാഗം നിക്കുവരിൽ ഒരു ഭാഗം ഹക്കുടയോർ
അവർ അര് നിനക്കറിയാം അവർകളെ
ഇതിയിൽതിരിഞ്ഞ് ഖലാസിയത്താക്കിട് നീ പരനെ."

“പടച്ചവനെ! ഈ മന്ദിരത്തിന്റെ നായകനെ! ഞങ്ങൾ ഇരുഭാഗക്കാരിൽ സത്യം കൈക്കൊണ്ടവർ ഒന്നേ ഉള്ളൂ. അത് ആരാണെന്ന് നിനക്കറിയാം. അവരെ ഈ യുദ്ധത്തിൽ വേർതിരിച്ചു രക്ഷപ്പെടുത്തേണമെ.” ഇതായിരുന്നു പ്രാർത്ഥന. പടച്ചവൻ ഈ പ്രാർത്ഥന സ്വീകരിച്ചു എന്നും സത്യം കൈക്കൊണ്ടവരെ നബിതിരുമേനിയുടെ പക്ഷത്തെ - ദൈവം കടാക്ഷിച്ച് വിജയിപ്പിച്ചു എന്നുമാണ് ചരിത്രം.

ഖുറൈശി പടയാളികൾ അബു ജഹലിന്റെ നേതൃത്വത്തിൽ ബദറിനെ ലക്ഷ്യമാക്കി യാത്ര തുടങ്ങി. വിജയം ഉറപ്പാണെന്ന പ്രതീക്ഷയിൽ അവർ ആഹ്ലാദഭരിതരായിരുന്നു. ഉല്ലസിച്ചും ഉറക്കെ അട്ടഹസിച്ചും തുള്ളിച്ചാടിക്കൊണ്ടും അവർ യാത്ര തുടർന്നു. വഴി മദ്ധ്യേ വിശ്രമിച്ചും ഒട്ടകത്തെ അറുത്ത് മാംസം തിന്നും മദ്യപിച്ചും ദഫ്മുട്ടിയും ചൂളം വിളിച്ചും ആഹ്ലാദപ്രകടനങ്ങൾ നടത്തിയുമായിരുന്നു അവരുടെ പോക്ക്.

“ഇരിന്ത് നെടിൽകളെ അറുക്കയും അത്
ഭുജിക്കയും ഖംറ് കുടിക്കയും
തുടരെ ബജതാശഅടിക്കയും ദഫ്മണിക്കയും
ചൂളം വിളിക്കയും
തിറമായ് അത് പോലെ തകർക്കലായ് നമ്മൾ
ഇരിക്കലൊദിനം ഒരിക്കലും
സിഹ്റാൽ മുഹമ്മദും യെടുക്കുന്ന ശർറ്
ഫലിക്കൂലാ ഒരു വിധത്തിലും.”

ചിരിച്ചു കളിച്ചും മത്തു മദിച്ചും ആഹ്ലാദത്തിമിർപ്പിൽ ആറാടി അവർ യാത്ര തുടർന്നു. ആ ഭാഗം വർണ്ണിക്കുന്ന വൈദ്യരുടെ പദപ്രയോഗം മാത്രമല്ല. ഇശലും എത്ര സ്വാഭാവികമാണ്. ഇതേ ഇശലിൽ (വൃത്തം) പാടാൻ കഴിയുന്ന മഹാകവി കുഞ്ചൻനമ്പ്യാരുടെ തുള്ളൽക്കഥയിലെ ഒരു ഭാഗം എത്ര മനോഹരമാണ്.

“ഫലിതമൊരുവക പറകയും ചിലരുറകയും
ചിലർ മറികയും
പലരുമിഹഭൂവിനിറകയും ചിലർ വിറകയും
രസമറികയും”

ഭാഷാസാഹിത്യ കൃതികളും മാപ്പിളപ്പാട്ടുകളും താരതമ്യപ്പെടുത്തുമ്പോൾ ഇത്തരം ഉദാഹരണങ്ങൾ ധാരാളം കാണാം.

ഖുറൈശി പടയാളികൾ യാത്ര ചെയ്ത് “ജുഹ്ഫത്ത്” എന്ന സ്ഥലത്ത് എത്തിച്ചേർന്നു. അന്ന് അവിടെ തമ്പടിച്ചു.

“നടന്താർ മുതിർന്താകെയുംയെത്തി
നസല് ജുഹ്ഫത്ത് തലത്തിൽ
നെടികൾ ചുമയും കിഴിത്തേലിൽ
നിലയാക്കിയിരുന്തന്തെലൈലിൽ”

വൈദ്യരുടെ ഈ ഇശലിൽ ആധുനിക കവി യൂസഫലികേച്ചേരിയുടെ *ആയിരം നാവുള്ള മൗനം* എന്ന സമാഹാരത്തിലെ “തുളസിച്ചെടി”

എന്ന കവിത ഉദാഹരണമായി പാടാവുന്നതാണ്.

“നീരണിക്കാർമുകിൽ കൂപ്പുമീറൻ
നീലച്ചുരുൾമുടിത്തുമ്പുകെട്ടി
പിമ്പോട്ടലസം പൃഥുനിതംബം
ബിംബം മറയുമാറിട്ടു കൊണ്ടും”

മേൽവരികൾ ഉദാഹരണത്തിന് വേണ്ടി ചൂണ്ടിക്കാണിച്ചതാണ് നമ്മുടെ ഖുറൈശികൾ ജുഫനത്ത് നിന്നു പിറ്റേന്നു യാത്ര തുടർന്ന് ബദറിന് അടുത്തുള്ള അഖൽ ഖുൻ എന്ന സ്ഥലത്ത് എത്തിച്ചേർന്നു.

മുഹമ്മദ് നബി തിരുമേനിയുടെ സംഘവും മദീനയിൽനിന്നു ബദറിനെ ലക്ഷ്യമാക്കി യാത്ര ചെയ്തു. “ദഫ്രാനിലെത്തി” അവിടെ വെച്ച് സ്വഹാബികളുമായി വീണ്ടും ചർച്ച നടത്തി. വിജയംവരെ പോരാടും എന്ന് ഉറച്ച തീരുമാനമെടുത്ത് യാത്ര തുടർന്നു. താമസിയാതെ അവർ ബദറിനടുത്തുള്ള ‘ദുബ്വത്ത്’ എന്ന സ്ഥലത്തെത്തി.

ഒന്നുകിൽ അബു സൂഫിയാൻ സംഘം അല്ലെങ്കിൽ അബു ജഹൽ നേതൃത്വം കൊടുക്കുന്ന സംഘം. രണ്ടിലൊന്നിനെ ജയിച്ചടക്കുമെന്ന ദൈവഹിതം നടപ്പാക്കും എന്ന നബിയുടെ പ്രഖ്യാപനം അവരിൽ ആവേശമുളവാക്കി ആ ഭാഗം വൈദ്യർ ഭംഗിയായി പാടുന്നു.

“സഹബാർ അടങ്കലിൽ അഹദവൻ തന്റെ
മഹ്ബൂബർ വിണ്ടാനെ നമുക്ക്
താനവൻ രണ്ടിനിൽ ‘വഹ്ദാ’ ചെയ്ത ഒണ്ടിനെ
ജയമാക്കും യെണ്ടോനെ
പകയർ കുറൈശിനിൽ തലവർകൾ വീണിടും
തലയായി എതിർപ്പാനെ ഉമൈകൾ
പൗറോടെ വേഗത്തിൽ സീറു അത്താനത്തിൽ
വീറോടെനിപ്പാനെ”

നബി പകർന്ന് നല്കിയ ആവേശം അണികൾക്ക് വീറോടെ മുന്നോട്ടു നീങ്ങാൻ ധൈര്യമായി അവർ യാത്ര തുടർന്നു. നബിയും സംഘവും റംസാൻ 17ന് വെള്ളിയാഴ്ച രാത്രി ബദറിൽ എത്തി കൂടാരം അടിച്ചു.

യുദ്ധസന്നദ്ധരായി ഇരുവിഭാഗവും ബദറിൽ അന്യോന്യം മുഖാമുഖമായി തമ്പടിച്ചു താമസം ഉറപ്പിച്ചു. കുടിക്കാനും കുളിക്കാനും എന്നു വേണ്ട പ്രാഥമിക ആവശ്യങ്ങൾക്കുപോലും വെള്ളം കിട്ടാതെ രണ്ടു കൂട്ടരും കഷ്ടത്തിലായി. ഒരു അനുഗ്രഹംപോലെ അപ്രതീക്ഷിതമായി ഒരു നല്ല മഴ പെയ്തു. നബിയും കൂട്ടരും താമസിക്കുന്ന ഭാഗത്ത് ഉണ്ടായിരുന്ന ഒരു തടാകത്തിൽ അവർ വെള്ളം സംഭരിച്ചു. മറുഭാഗക്കാർക്ക് അതിനു സൗകര്യമുണ്ടായിരുന്നില്ല.

“ചെരിന്ത് മതറത് പരൻതൻ അരുളിനാൽ
ഉരം വരും ഖത്റാൽ - ചതുർപുറം
വരും ജലം സത്റാൽ

ചുശന്ത തലമതും യെശുന്ത് നദിപടി
തശന്തിടൈപുനലാൽ അരികർകൾ
തുടങ്ങിടെ ഗസ്ലാൽ."

വെള്ളം ധാരാളമായി. നദി ഒഴുകുംപോലെ വന്നു നിറഞ്ഞു. സന്തോഷമായി. പോരാളികൾക്ക് ഈ അനുഗ്രഹത്തിൽ ആഹ്ലാദവും ആവേശവും ഉണ്ടായി.

മറുവശത്ത് ഖുറൈശി പടയാളികൾ പലവിധത്തിലുള്ള സംഗീതോപകരണങ്ങൾ മുഴക്കിയും പാട്ടുപാടിയും ഹരം പിടിപ്പിക്കുന്നവിധത്തിലാണ് യുദ്ധത്തിനു അനുയായികളെ സജ്ജരാക്കുന്നത്. അവർ പുറപ്പെടുന്ന രംഗം, മൂട്ടുപാട്ടും ധ്വനികളും ആർപ്പും വിളിയുമായി യുദ്ധക്കളത്തിലേക്ക്.

"തുടരെ മദ്ദളവും - മുരശോട്
മറുവ ഒറ്റകളും - ബജയോട്
ദുടികൾ ദപ്പ്കളും - കൈമണി
ധ്വനികൾ താശികളാൽ
കൊട്ടപ്പുല്ലുകൾ ചൂളചൂളകൾ കൊമ്പ് ചങ്കുകളാൽ
തകൃതികൾ - കൊളിതാളമെ ഓടിച്ചാടിയും
സ്വപ്പ് നില്പുകളാൽ
പുടാവി കിടുകിട നെടിയെനെടിൽകളും
ചൊടിയെ മുതുകിട ചമയം സമനെടു
കുടവെഇടഇട - ചിലർകൾ കയറിയും
ഇടയിൽ നടനട - പുനവെ വരിവരി
വരികൾ നിക്കുവതായും ഇടയിൽ നിക്കുവതായും
വരുവർ ഒക്കുവതായും - അണികൾ ഇപ്പടിതായം."

ബദർ യുദ്ധത്തിനു പുറപ്പെട്ടു വരുന്ന ഖുറൈശി പടയാളികളുടെ ആരവാരങ്ങളാണ് വൈദ്യർ വരച്ചു കാണിക്കുന്നത്. താളവാദ്യങ്ങളും ചെണ്ടദപ്പ്കളും ശബ്ദകോലാഹലങ്ങളും ആർപ്പും വിളിയും കൊമ്പും കൈമണിയും ആടിപ്പാടി ചാടിക്കളിച്ചു. മുൻവിധിയോടെ വിജയഭേരി മുഴക്കിക്കൊണ്ട് വരുന്ന ഖുറൈശികൾ അണിഞ്ഞിരുന്ന ആയുധങ്ങൾ ചൊട്ട കെട്ടിയ പട്ടകൾ, കുത്തുളി, വില്ലുകൾ, കല്ലുകൾ, ചാട്ടുളിവെൺമഴു, പടപ്പുറപ്പാട് ഗംഭീരം തന്നെ.

എത്ര മനോഹരമായ വർണ്ണന. അങ്കപ്പുറപ്പാട് സ്വാഭാവികതയോടെ അവതരിപ്പിക്കുന്നത് ആവേശകരമാണ്. ഇത്തരം രംഗങ്ങളിൽ കുഞ്ചൻ നമ്പ്യാരുടെ ചില വരികൾ വളരെ പ്രസക്തമായി തോന്നുന്നു. നമ്പ്യാർ *സ്യമന്തകത്തിൽ* പടപ്പുറപ്പാട് വർണ്ണിച്ചതിലെ ചാതുര്യം കാണുക.

"തപ്പ്, മദ്ദള, മിടയ്ക്ക, യുടുക്കുകൾ
തിത്തിവീണ, മുഖവീണാ, മുരശും
ചെങ്ങളാ, തിമില, നല്ല മൃദംഗം
ചെണ്ട, കടുന്തുടി കണ്ഠജാലം

ഡിണ്ടിമ മങ്കു മിടയ്ക്ക യുടുക്കുകൾ
മണ്ടും ഝല്ലരി ഝരഝരവാദ്യം
തത്തിമ തത്ത ത്തരികിട കിടതക
ധിക ധകിധധിമി തത്തത്തരികിട"

അപ്രകാരം തന്നെ നമ്പയാരുടെ അങ്കപ്പുറപ്പാട് മനോഹരമാണ്. അതിലെ താളമേളങ്ങളും വാദ്യകോലാഹലങ്ങളും തപ്പ് മദ്ദളമിടയ്ക്ക, യുടുക്കുകൾ എത്ര സുന്ദരമായി കോർത്തിണക്കി പദങ്ങളുടെ മനോഹരമായ മാലപ്പടക്കം. ഇങ്ങനെ ഈ രണ്ട് കവികളുടെയും പല വൃത്തങ്ങളും അവതരണരീതിയും സാമ്യമുള്ളതായി കാണുന്നുണ്ട്.

ഇനി നബിയുടെ ഭാഗത്തുള്ള പടയൊരുക്കം ധീരവും ആവേശകരവുമാണ്. തിരുമേനിയുടെ പുറപ്പെടാനുള്ള ആഹ്വാനം കേട്ട് അവർ വികാരഭരിതരാവുന്നു. ആവേശത്തോടെ മുമ്പിൽ കൊടികൾ ഉയർത്തിപ്പിടിച്ച് അണിയണിയായി ഉശിരോടെ മുന്നോട്ടുകുതിക്കുന്ന രംഗം.

"ഉറപ്പിപ്പാൻ അരുൾകേട്ടു സഹാബാക്കൾ നിലത്തെ
ഉശിർമയുൾക്കൊടിയും അണികളിൽ പിടിത്തെ
മരുമലർ വഴികൊള്ളെ ഉടൽനേരായ് നിറുത്തെ
മനം മുന്തിഅരികർകൾ സബത്വാർപോൽ കരുത്തെ."

രണ്ടും കൂട്ടരും സർവ്വസന്നാഹങ്ങളുമായി യുദ്ധത്തിനും ഒരുങ്ങി. അഭിമുഖമായി നില്ക്കുന്നു. യുദ്ധം തുടങ്ങാൻ ഒരു ഹേതു ഉണ്ടാക്കണം. അതിന്നായി ഖുറൈശികളിൽനിന്ന് അസുവദ് മുന്നോട്ടും വന്നു. നബിയുടെ അധീനത്തിലുള്ള തടാകത്തിൽനിന്നും അതിക്രമിച്ചു വെള്ളം കോരി എടുക്കും എന്ന് പ്രഖ്യാപിച്ചുകൊണ്ട് മുന്നോട്ടു അടുക്കുകയാണ്.

അസ്വദിനെ, നബിയുടെ പിതൃവ്യൻ ധീരനായ പോരാളി ഹസ്രത്ത് ഹംസ വെല്ലുവിളിക്കുന്ന ആവേശകരമായ രംഗം രോമാഞ്ചകമുളവാക്കുന്നതാണ്.

ഇശൽ: നാലാം തുതി

"ആനെ ചോത് അസദുൽ ഇലാഹരി
ഹംസചാടിയടുത്തുടൻ
ആരെടാ ശുജുഹുത്തുരത്തമയ്
ഹൗളിൽനിന്ന് കുടിപ്പവൻ
ജ്ഞാനമുറ്റ നബിയുനാ അമർയെണ്ടി
ഹൗളോടടുപ്പതാർ?
ഞാനിരിക്കവേ ജിന്നും ഇൻസിലും
നാങ്ക് ദിക്കിലും ഇല്ലപേർ."

ഉദ്വേഗജനകമായ രംഗം വികാരഭരിതമായാണ് വൈദ്യർ അവതരിപ്പിച്ചത്. തുടർന്ന് അവർ തമ്മിൽ ദ്വന്ദ്വയുദ്ധം ആരംഭിക്കുകയാണ്. ബദർയുദ്ധത്തിന്റെ തുടക്കം.

ഈ സന്ദർഭം അതിഗംഭീരമായി വിവരിച്ചുകൊണ്ട് പൊന്നാനിക്കാ

രനായ കവി കെ സി മുഹമ്മദ് കുട്ടി മൊല്ല ആലപിക്കുന്ന മറ്റൊരു ഗാനം നോക്കുക.

ഇശൽ: മുട്ടിവിളിത്താളം

"വമ്പുറ്റെഹംസറളിയള്ളചാടി
ട്ടെമ്പിഅസുവദിൽ മാറെടാ
വള്ളൽ മുഹമ്മദർ ഹൌളിൽ നിന്നു
വെള്ളം കുടിക്കുന്നോനാരെടാ
അമ്പർസഫിയുള്ളാ കാവൽ വെച്ചുള്ളെ
സംഭരമിൽ ചെന്നു ചേരെടാ
ഖൈറുൽ ബറാ, നബിയാർ കുളത്തിന്
ധൈരിയം ഉണ്ടെങ്കിൽ കോരെടാ
വമ്പന്മാർ ഉണ്ടെങ്കിൽ ഞാനൊന്നു കാണട്ടെ
വന്ന് ബലത്തോടെ വെള്ളം കുടിച്ചോട്ടെ
കുംഭിക്കമൊമദം പൊട്ടിയുള്ളമ്മട്ടെ
കുറിയെവാക്കിനെ കേട്ടു വെളിപ്പെട്ടെ
സംസാരികസരിക പമഗിരി രിങ്കരിമ
കരിക, തങ്കുംതക ദിംദിംദിം കിങ്കിൻകിണ
ചെങ്കുൽകുള, അൻകൻകളും, താളം തരികിട
ചെണുതത്ത, ദിമികളികൊണ്ടാനെ - (വമ്പുറ്റെഹംസ)
പെട്ടെവേളയിൽ അസുവദും മൊളിന്തിട്ട് -
ഞാനുണ്ടിതാവാരുന്നെ
പേശിശുജാഹത്തുള്ളോർ എനിക്കുള്ളെ
വാശിമുടക്കുന്നോർ ആരിന്നെ
കട്ടിയുള്ളെപലെ വാക്കുകൾ പറഞ്ഞി -
ട്ടധികം പേടിയാക്കുന്നെ
കണ്ടോമഹാബലത്താൽ കുടിക്കും ഞാൻ
വിണ്ട് കുളത്തോടടുക്കുന്നെ
എട്ടു സുവർക്കത്തിൽ സന്തോഷം കൊള്ളുന്നെ
എങ്കൾ അസദുള്ള ബാറിട്ടു തട്ടുന്നെ
മട്ടം പലെപലെ വിദ്യകൾകാട്ടുന്നെ
മാനിതരും ഒറ്റ വാളാലെ വെട്ടുന്നെ (സംസരിഗ)
രണ്ടാളും ഒത്ത് തകിർതക കളികൊണ്ട്
പടപൊടി ചാറ്റിയെ
റങ്കുകൾ അടി, ഇടി, ചോട്ടിൻകുട്ടിയും
അങ്കം വിറപ്പിച്ച് തീറ്റിയെ
പുണ്ടരിഹംസവലിയുള്ള പടനീണ്ട്
പൊരുതലും ഏറ്റിയെ
പൊട്ടൻ അസുവദിൻ വമ്പുള്ളെ

പതിനെട്ടായുധം മുറിവാക്കിയെ"

വെല്ലുവിളിയും മറുപടിയും പിന്നെ തിക്കലും തെരക്കലും അങ്ങനെയാണ് ദ്വന്ദ്വയുദ്ധം ആരംഭിക്കുന്നത്. അതിൽ ധീരനായ ഹംസ വീരോജ്ജ്വലമായി പോരാടി അസുവദിന്റെ പതിനെട്ടായുധവും മുറിച്ച് അയാളെ തോല്പിച്ചു.

മക്കാ ഖുറൈശികൾ, യുദ്ധക്കളത്തിൽ വെച്ച് മുമ്പ് നബിയെ പിന്തുടർന്നു മദീനത്തേക്കു പോയ മുഹാജിറുകളെ നേരിട്ടുള്ള ദ്വന്ദ്വയുദ്ധത്തിന് വെല്ലുവിളിച്ചു. അതു കേട്ടു നബിയുടെ പക്ഷത്തെ മൂന്നു ധീരന്മാർ അടർക്കളത്തിലേക്ക് ചാടി അടുക്കുന്ന ഭാഗമാണ് വൈദ്യർ ചിത്രീകരിക്കുന്നത്, നോക്കുക:

ഇശൽ: കദംകദം ബഡായജാ

"മുഹാജിറെണ്ടെ വാക്ക കേട്ടുമുന്തിമുണ്ട് സിംഹരാം
മുന്നിലെ ഉബൈദത്തും പിൻഹംസയുവ ഹൈദറാം
ജിഹാബിഹത്തർ രണ്ട് സപ്പടിക്ക് ചെണ്ട് ഹാളിറാം
ചിർമദം തിരത്ത് കൊണ്ട് ചൊടിഅന്തെ കാഫിറാം
മഹാബലിത്തം ഉറ്റെ അബുതാലിബിൻകളെ ഹിറ, ഹിറാം
മസൽ അടുത്തെ ഉങ്കളാരതുക്ക് യെമെയ് മുഹാജിറാം."

തുടർന്നു ശക്തമായ പോരാട്ടം നടന്നു. വലീദിനെയും ശൈഖത്തിനെയും ഹംസയും അലിയും അടർക്കളത്തിൽ തറ പറ്റിച്ചു. ഉത്ത്ബത്തും ഉബൈദത്തും പൊരുതിക്കൊണ്ടിരിക്കുമ്പോൾ കാലിൽ വെട്ടേറ്റ് ഉബൈദത്ത് തറയിൽ വീണു. അത് കണ്ടു ഹംസയും അലിയും ഉത്ത്ബത്തിന്റെ നേർക്ക് പാഞ്ഞെടുത്തു. ശക്തമായ ആക്രമണത്തിൽ ഉത്ത്ബത്തും നിലംപതിച്ചു. യുദ്ധത്തിലെ പരാക്രമങ്ങൾ നിറഞ്ഞ രംഗങ്ങൾ വൈദ്യർ തുടർന്നു വിവരിക്കുന്നു.

"ഇരുപുറം തഹയ്യിറിനാൽ നിലക്കവെ
ഇകൻഹംസ ശൈബത്തുമായി തിരിക്കവെ
ഉരം അരിശരിഹംസ താൻ അടുക്കവെ
ഒരു വെട്ടുകൊടൈഉടെനെ തടുക്കവെ
ഈറ മുറ്റി കൂടെ ശൈബത്ത് ഏകകുത്ത് താൻ ഒഴിഞ്ഞ്
തേറി ഹംസപാടെ ഖഡ്ഗത്താൽ അടിത്തിട്ടോൻ തടുത്ത്
തടവൊട് നീട്ടും - അടവൊട് ചാട്ടും
തടിമിടഅടൽ കൊടുതുടർവിന കുടുകുട-
തടിപെടും വിനപലെ പാടും എത്തിരെ
ചോടുര തൊഴിൽ കരിശണമാൽ."

അങ്ങനെ ആവേശകരമായ ആ യുദ്ധവർണ്ണന നീണ്ടുപോകുന്നു. പൂർണ്ണമായും ആസ്വദിക്കാൻ മൂലഗ്രന്ഥത്തെ ആശ്രയിക്കുകയാണുത്തമം.

തുടർന്നു ഘോരയുദ്ധം നടന്നു. വലീദ്, ശൈബത്ത്, ഉത്ത്ബത്ത് എന്നിവർ ഖുറൈശികളുടെ ഭാഗത്ത് അടർക്കളത്തിൽ മരിച്ചുവീണു.

ഖുറൈശികൾ ഞെട്ടിപ്പോയി, തളർന്നു. അവരുടെ വീര്യം വീണ്ടെടുക്കാനും ധൈര്യം പകർന്നു കൊടുക്കാനും നേതാവ് അബുജഹൽ നടത്തുന്ന പ്രഖ്യാപനം നോക്കുക.

ഇശൽ: തൊങ്കൽ

“നിക്കാതെ എനിതീറ്റി പൊരുതവേണം
നികത്തീ മുടിത്തിപ്പൾ മടങ്കിടെണം
വേണം ശുഹ്റത്ത് നമുക്ക് നാളെ
ബഹുമാനവും മക്കാശുങ്കാഹോർകളെ.”

വിശ്രമമില്ലാതെ ആക്രമിച്ചു പൊരുതണം. മുഴുവൻ ശത്രുക്കളെയും കൊലപ്പെടുത്തി നമുക്ക് മടങ്ങണം. മക്കാശുജായികളായ നമുക്ക് നാളെ പേരും പെരുമയും നിലനിർത്തണം ഇതായിരുന്നു ആഹ്വാനം.

ഇതുകേട്ട് ഖുറൈശികളുടെ കൂട്ടത്തിൽ ഒരു കുതിരപ്പടയാളി വികാരഭരിതനായി മുന്നോട്ടുചാടി.

“കേണാകുഫിർകൾ സഫ്ഫിടാതന്നിന്ന്
കുതിത്തിട്ടൊരു ഫാരി ഇറങ്കിവന്ന്.”

ആ വന്നത് നബിയുടെ പ്രഥമശിഷ്യനും സന്തതസഹചാരിയും ആയിരുന്ന അബൂബക്കർ സിദ്ദിഖിന്റെ മകൻ അബ്ദുറഹിമാൻ ആയിരുന്നു. അയാൾ ശത്രുപക്ഷത്ത് ഉറച്ചു നില്ക്കുകയായിരുന്നു.

മകന്റെ വരവ് കണ്ട് പിതാവ് സിദ്ദിഖ് അവർകൾക്ക് അരിശം മൂത്ത്, അവനോട് പോരാടാൻ തന്നെ അനുവദിക്കണമെന്ന് നബിയോട് അഭ്യർത്ഥിച്ചു. അതുകണ്ട് അവൻ അണിയിലേക്ക് തന്നെ തിരിച്ചുപോയി. ആ ഭാഗം കവി വിവരിക്കുന്നു.

ഇശൽ: പുകിന്താർ

“വന്താർഅങ്ക് ഇരുവരിനടുപോർക്കളത്തിൽ
കോടാകളിത്ത് ബാറിലെ
ബഹുകേമാ ചൊടിയുടെ കടവെ പരിശൊരു
പുരുഷരതാം
ചിന്താരാവുകൾ ഉടയ് അത്തീഖവർക്കുൾമികമോർ
അനത്തിൽ മുതിയോർ
ജേഹത്ത് ചമർതൊഴിൽ അധികമെ
തടവിന് ബിലം ഉടയോർ.”

നബിയുടെ പക്ഷം എണ്ണത്തിലും ആയുധബലത്തിലും ഖുറൈശികളെക്കാൾ ദുർബ്ബലമായിരുന്നു. എന്നാൽ അവരുടെ വിശ്വാസദാർഢ്യവും അതു നല്കുന്ന ഒരുമയും ഹൃദയത്തിനും ശരീരത്തിനും കുളിർമ്മയും ബലവും പ്രദാനം ചെയ്തു. ഏകദൈവവിശ്വാസത്തിന്റെ ആദർശഐക്യം അവരെ കർമ്മനിരതരാക്കി. അവർ ധീരമായി ഐക്യത്തോടെ പോരാടി.

ഇശൽ: ഇന്നമൈ.

"വഹ്ദത്താപുവളപ്പിൽ
ഒരുമക്കാറ്റടിച്ചു വീശി
സിഹറത്ത് ഇഷ്കകം കുളിർക്കും
സിംഹരാം സഹബുൽ ബദറിൽ"

"വഹ്ദത്ത് എന്നാൽ 'ദൈവം' ഏകനാണെന്ന വിശ്വാസം അത് യുദ്ധക്കളത്തെ പൂവളപ്പാക്കി. അതിൽ ഒരുമയുടെ കുളിർക്കാറ്റ് അടിച്ചു വീശി ബദറിൽ സിംഹങ്ങളായ സ്വഹാബികൾ പൊരുതി. ഏത് ധർമ്മ സമരത്തിനും ലക്ഷ്യത്തിലെത്തണമെങ്കിൽ ആദർശശുദ്ധിയുണ്ടായിരിക്കണം. എങ്കിൽ മാത്രമേ വിജയത്തിൽ എത്തുകയുള്ളൂ എന്നുചുരുക്കം.

മേൽവരികളുടെ ഇശലിൽ ആധുനിക കവി കടമ്മനിട്ടയുടെ *കിരാതവൃത്ത*ത്തിലെ ചില വരികൾ.

"കാറ്റിന്റെ ചിലങ്കകൾ കെട്ടി
കാട്ടാറിൻ തരിവളമുട്ടി
കാടത്തികൾ ചോലമരത്തിൽ
ചോട്ടിൽ ചുവടൊത്ത് കളിക്കെ."

പ്രകൃതി സുന്ദരമായ വനത്തിനുള്ളിൽ കാട്ടാറിന്റെ കളകൂജനത്തിന് ചുവടൊപ്പിച്ച്, ചോരമരത്തിന്റെ ചോട്ടിൽ ഉല്ലസിച്ചു കളിയാടുന്ന കാടത്തികളെയാണ് കടമ്മനിട്ട അവതരിപ്പിക്കുന്നത്. എന്നാൽ വൈദ്യർ ആദർശത്തിന്റെ ഒരുമക്കാറ്റടിച്ചു വീശി ആവേശംപകർന്നു കിട്ടിയ ധീരരായ പടയാളികളുടെ മാനസികോല്ലാസത്തെയാണ് ചിത്രീകരിക്കുന്നത്.

ബദർ യുദ്ധത്തിൽ ഇതുവരെ നാം കണ്ടത് ദ്വന്ദ്വയുദ്ധവും യുഗ്മയുദ്ധവുമായിരുന്നു. എന്നാൽ ഇനി ഇരുകൂട്ടരും കൂട്ടംകൂട്ടമായി ഒരുമിച്ച് അന്യോന്യം ആക്രമിക്കുന്ന യുദ്ധമാണ് കാണാൻ പോകുന്നത്. ഘോരയുദ്ധത്തിലെ വീരപരാക്രമങ്ങൾ ആവേശകരമായി അവതരിപ്പിക്കുന്നു. വർണ്ണനയിലെ വീരരസരം തുളുമ്പുന്ന വരികൾ പ്രാസഭംഗി കൊണ്ടും ചടുതലതകൊണ്ടും യുദ്ധം കാണുന്ന പ്രതീതിയുളവാക്കുന്നതാണ്.

ഇശൽ: യെന്നിൽ ഇക്കമൈ

"യൊണ്ട് കൊണ്ടകഥ വിണ്ടെറാവി അണിനിണ്ടെ
ചെണ്ട കുറൈശൊക്കെയും
യേറ്റം, യേറ്റം, ബഹു ഊറ്റം, ഊറ്റമില്ലെ
തീറ്റി, തീറ്റിവരവെത്തരം
നിണ്ട് കണ്ടരികൾ ഒണ്ട് പോലെ മനം കൊണ്ട്
ചെണ്ടണി അടുപ്പതും
നേരെ നേരെ അണിഒാരെ, ഓരെ പുറം
ചോരെ, ചോരെ കലർന്തിട്ടതായ്."

ഇടകലർന്ന ഘോരയുദ്ധം, കൈയും മെയ്യും മറന്ന പോരാട്ടം വെട്ടും തടവും കുത്തും കൊലയും ഇരുവശത്തും യോദ്ധാക്കൾ മരിച്ചുവീഴുന്നു.

എന്നാൽ നബിയുടെ പക്ഷം എണ്ണത്തിൽ കുറവാണെങ്കിലും കുതിച്ചു കയറി മുന്നേറിക്കൊണ്ടിരുന്നു. യുദ്ധത്തിന്റെ ദൃശ്യം കവി വരച്ചു കാണിക്കുന്നു.

"കഥ ഉരത്തിടൈനാങ്കൾ വെട്ടും
ബദറിൽ ഉമ്പർകൾ ളർബ് മുട്ടും
കണ്ടുമുറിയത് - രണ്ടു തരമിലെ
കൊണ്ട് വിവരമതായ് - കുഫിർകളിൽ-
കരുത്തുൾമുറി, അനത്തും അവർ
കുലത്തെയെണ്ടറിവായ്."

ശത്രുസൈന്യത്തെ വകവരുത്തിക്കൊണ്ട് നബിയുടെ പക്ഷത്തെ പോരാളികൾ മുന്നേറിക്കൊണ്ടിരുന്നു. നബിയാവട്ടെ, യുദ്ധത്തിൽ ജയിച്ചാലും അഥവാ യോദ്ധാക്കൾ മരിച്ചാലും ഉണ്ടാകാൻ പോകുന്ന നേട്ടങ്ങൾ അവരെ പറഞ്ഞു ബോദ്ധ്യപ്പെടുത്തിക്കൊണ്ടിരുന്നു. ധർമ്മയുദ്ധത്തിൽ മരണപ്പെടുന്നവർ രക്തസാക്ഷികൾ (ശുഹദാക്കൾ) ആണ്. 'രക്തസാക്ഷികൾ മരിക്കുന്നില്ല.' എന്ന വിശുദ്ധ *ഖുർ ആന്റെ* പ്രഖ്യാപനം അവരെ ആവേശംകൊള്ളിച്ചു. രക്തസാക്ഷികൾ മരണാനന്തരം എന്നെന്നും സ്വർഗ്ഗത്തിലാണ് ജീവിക്കുക. സ്വർഗ്ഗജീവിതത്തിലെ സുഖസൗകര്യങ്ങളും അനുഭവങ്ങളും വർണ്ണനാതീതമാണ്. ഇത്തരം കാര്യങ്ങൾ നബിതിരുമേനി യോദ്ധാക്കൾക്ക് വിവരിച്ചു കൊടുത്തുകൊണ്ടിരുന്നു. ആ ഭാഗം കവി വിവരിക്കുന്നു.

ഇശൽ: കേണിമാനെ

"അരുളി മുത്ത് മുസ്തഫാ
സുബ്ർക്കമിൻ ന ഈമുകൾ
അഹ്ദവന്റെ ഹക്ക് കൊണ്ട്
സത്യയം വിരുത്തലായ്
ഉരത്തുതായ് ഹിമാമു മയിന്തരാം
ഉമൈറതെണ്ടവർ
ഓത്ത് കേട്ടതുക്കുടൻ ബഖീൻ
ബഖീൻയെണ്ടോതിനാർ."

നബിയുടെ വിശദീകരണവും ഉപദേശവും കേട്ട് യോദ്ധാക്കൾ ധീരമായി പൊരുതി മുന്നേറി. യുദ്ധം കൊടുമ്പിരിക്കൊണ്ടു. നമ്പിയുടെ പിതൃവ്യനായ ഹംസ, അലി എന്ന പുലി എന്നിവരുടെ പോരാട്ടം ശത്രുപക്ഷത്തെ അക്ഷരാർത്ഥത്തിൽ തളർത്തിക്കളഞ്ഞു. ആ ഭാഗം തന്മയത്വത്തോടെ വരച്ചു കാണിക്കുന്ന വൈദ്യരുടെ പാവം, യുദ്ധ വർണ്ണനകളിൽ അപൂർവ്വം ചിലതാണ്.

ഇശൽ: കൊമ്പ് - പോലെ

"ആയതിൽപിറെ അൻസാരികളിൽ സഅദെണ്ടെ
അടൽ ചെയ്യുന്നുള്ളർ കാഫിർ ഖുറൈശോരിൽ പൊരുത്
അവർ നിയ്യത്തുളം പോലെ ശഹീദായെ
ആയപ്പോൾ മികത്തുള്ളെ പുലി അമ്മുന്നബിയുള്ള
ചമർഹിംസ ഒഴിയാമൽ പൊരുതാനെ സമയം
ശരംപോലെ ഒരുത്തൻ വന്നെതിർത്താനെ."

സഅദ് എന്ന സ്വഹാബി രക്തസാക്ഷിയായി. ഹംസ വ്യാഘ്രത്തെ പോലെ പൊരുതുന്നു. അലിയും ബ്നുമുഗിറത്ത് അബുൽ ഖുബൈസ് തുടങ്ങിയവരുമായിട്ടാണ് സംഘട്ടനങ്ങൾ. യുദ്ധക്കളത്തിൽ പൊടിപടല ങ്ങളുയർന്നു. ആർപ്പും വിളിയും അലർച്ചയും പടക്കളം ശബ്ദമുഖരിത മായി. "കലകക്കളമാകെ കുലുങ്ങിപോയ് ശങീദാലെ" എന്നാണ് കവി പറഞ്ഞത്. പോരാട്ടത്തിന്റെ കൊടുമയിൽ യുദ്ധക്കളമാകെ ഞെട്ടി വിറച്ചു എന്നർത്ഥം.

അലിയുടെ അപരനാമധേയം തന്നെ പുലി എന്നാണ്. അലി ഘോര യുദ്ധത്തിന്നിടയിൽ തുളച്ചു കേറി മുന്നേറുന്നു. അലിയുടെ യുദ്ധനൈ പുണ്യം ചരിത്രത്തിൽ തുല്യതയില്ലാത്തതാണെന്നു വൈദ്യർ പറയുന്നു.

'കുളൽ സുഹ്റാ കനിയുടെ തപനൻ
കുലത്തിടവെ ളർബുടെ നിപുണൻ
പളിമികവാർ ഖുറൈശിയിൽ തലവൻ
പതിമശ്ഹുറുടെ പടവിലവർ."

യുദ്ധം കഠിനമായി ഖുറൈശിത്തലവനായ അബു ജഹാൽ ഭയപ്പെ ട്ടു. ഭീതിയിൽ ഹൃദയം നൊന്ത് പ്രാർത്ഥിച്ചു. ഇതിന്നിടയിൽ മുആദ് അയാളെ എതിരിട്ടു. തകൃതിയായ പോരാട്ടത്തിനിടയിൽ അബുജഹലിന്റെ മാറിടത്തിൽ ഒരു കുത്ത് കൊണ്ട് അയാൾ നിലംപതിച്ചു. യുദ്ധത്തിന്റെ ഗതി മാറി. ആ ഭാഗം വികാരപരമായി കവി വിവരിക്കുന്നു.

ഇശൽ: ഹാമിദ് റെസൂൽ

"യെണ്ട്റാവിസുമ്മാ-യെമ്പവെഅഖ്വാമാ
ചെണ്ടതിങ്കിഖാമാ - സമയമിൽ മുഖീമാ
മായമുറ്റ് അബുജാഹിൽ പൊള്ളൻ
മനം കടുപ്പം പെറ്റെ കള്ളൻ
തായമിൽ മികവായെ തുള്ളൻ
തടിഖമായത്തേറ്റം തരമിനാലുണ്ടൂറ്റം."

അബു ജാഹലിന്റെ പതനത്തോടെ ഖുറൈശിപ്പട പിന്തിരിഞ്ഞോടി. അവരിൽ എഴുപത് ആളുകൾ യുദ്ധത്തിൽ മരിച്ചു. കുറേ പേർക്ക് പരിക്ക് പറ്റി. എഴുപത് ഖുറൈശി പടയാളികളെ നബിപക്ഷം തടവുകാരായി പിടിച്ചു. നബിയുടെ ഭാഗത്ത് പതിനാലാളുകൾ മാത്രമാണ് മരിച്ചത്.

നബിയും കൂട്ടുകാരും യുദ്ധം ജയിച്ചു. അത് ചരിത്രത്തിലെ ഒരു വഴിത്തിരിവ് ആയിരുന്നു.

വിജയശ്രീലാളിതനായി നബിയും കൂട്ടുകാരും മദീനത്തേക്ക് മടങ്ങി. സന്തോഷത്താൽ മതിമറന്ന്, ആനന്ദത്തിലാറാടിയുള്ള ആ വരവ് എത്ര മനോഹരമായിട്ടാണ് വൈദ്യർ ചിത്രീകരിക്കുന്നത്.

ഇശൽ: തടകിമണത്തെ

"മതിനിറവായെ മതിക്കെങ്കം മതിമതിയായെ മദീനത്തിൽ
മതിമനയിലേശി മദിപ്പിത്തെ മതിദഖലായെ
മതിമദനത്താൽ മതിനോരെ മതി മദമാലെ മതി എന്താം
മതിഗഹനത്തിൽ മതിവെന്തെ മതിമസാലായെ
മധുനിറ കഞ്ചപകുട്ടലർ മധുമധുരത്തെൻ മധുപൊങ്കി
മധു ഉപവസിത്തടുക്കും മൻമധു, മധുപോലെ
മദിനയിൽ ഒക്കാ മതിരത്താൽ മതിമദിത്തെത്തി മുഹമ്മുദർ
മധുമലർ പാദം പണിന്തേറ്റി പുകഴുവതായെ."

മതിമറന്ന് ആഹ്ലാദിച്ചും യുദ്ധവിജയം പ്രസ്ഥാനത്തിന്റെ വളർച്ചയുടെ ആദ്യപടി ചവിട്ടിക്കയറി എന്ന അഭിമാനത്തോടെയും മദീനാപ്പട്ടണത്തിലേക്ക് നബിയും സഹാബികളും പ്രവേശിക്കുന്ന ആവേശകരമായ രംഗമാണ് മേല്പറഞ്ഞ വരികളിൽ കവി വിവരിക്കുന്നത്.

മോയിൻകുട്ടി വൈദ്യരുടെ വർണ്ണനാചാതുര്യം, ചടുലതയാർന്ന് രംഗസംവിധാനത്തിലെ പദപ്രയോഗം വിഷയങ്ങളുടെ ഘടന, ഇശലുകളുടെ സന്ദർഭോചിതമായ ഭാവപ്പകർച്ച എന്നിവ ശ്രദ്ധിച്ചു പഠിക്കുന്നവർക്ക് 'മാപ്പിളപ്പാട്ടിന്റെ മാധുര്യം' ആസ്വദിക്കാൻ കഴിയുന്നതാണ്. പുസ്തകദൈർഘ്യം ഭയന്ന് ബദർ പടപ്പാട്ടിലെ ഏതാനും ഭാഗങ്ങൾ അടർത്തി എടുത്ത് ഉദ്ധരിക്കുക മാത്രമേ ഇതിൽ ചെയ്തിട്ടുള്ളൂ.

അദ്ദേഹത്തിന്റെ തന്നെ പടപ്പാട്ടുകൾ ധാരാളം വേറെയും ഉണ്ട്. ഉഹദ്, ഹുനൈൻ, ഖന്തഖ്, ഖൈബർ, സലാസീൻ, മലപ്പുറം, കിസ്സ എന്നിങ്ങനെയുള്ള പടവർണ്ണനകൾ എല്ലാം ഒന്നിനൊന്നുമെച്ചം എന്ന നിലയിൽ ഉള്ളതാണ്. എന്നാൽ മലപ്പുറം പടപ്പാട്ടിന്റെ ഏതാനും ഭാഗങ്ങൾ താഴെ ചേർക്കുന്നു.

മലപ്പുറം പടപ്പാട്ട്

മോയിൻകുട്ടി വൈദ്യർ, കവി എന്നതിനപ്പുറം ബഹുഭാഷാജ്ഞാനിയും ചരിത്രപഠനത്തിൽ തല്പരനും ആയിരുന്നു.

ഈ പാട്ടിൽ അദ്ദേഹം കേരളത്തിലെ രാജാവ് ആയിരുന്ന ചേരമാൻ പെരുമാൾ മക്കത്ത് പോയി നബിയെ സന്ദർശിച്ച് ഇസ്ലാം ദിൻ സ്വീകരിച്ച സംഭവം മുതൽ, മലപ്പുറത്തെ ഭരണാധികാരിയായിരുന്ന പാറനമ്പിയും മുസ്ലിമിങ്ങളും തമ്മിൽ നടന്ന സമരം വരെയുള്ള ചരിത്രം വിവരിക്കുന്നുണ്ട്.

ചേരമാൻ പെരുമാൾ മക്കത്തേക്കു പോയ സംഗതികൾ വിവരിക്കുന്ന, ഈ പാട്ടിന്റെ വിവരണം ഈ കൃതിയുടെ ആദ്യഭാഗത്ത് "ഏറികപ്പൽപായുശർത്തി" എന്ന വരികൾ ഞാൻ ഉദ്ധരിച്ചിട്ടുണ്ട്. ദീൻ സ്വീകരിച്ചശേഷം പെരുമാൾ, താജുദ്ദീൻ എന്ന പേര് വിളിക്കപ്പെടുകയും ദീർഘകാലം മക്കത്ത് താമസിക്കുകയും ഉണ്ടായെന്നാണ് കരുതപ്പെടുന്നത്. പിന്നീട് അദ്ദേഹവും ഒരു സംഘവും കേരളത്തിലേക്ക് പുറപ്പെട്ടു. വഴിമദ്ധ്യേ ഷഹർ മുഖല്ലയിൽ വെച്ച് അദ്ദേഹം മരണപ്പെട്ടു.

അദ്ദേഹം മരിക്കുന്നതിനുമുമ്പ് എഴുതിക്കൊടുത്ത കത്തുമായി കുറെ കഴിഞ്ഞ് തന്റെ ഭാര്യാസഹോദരൻ മാലിക്ക് ബ്നുദിനാറും സംഘവും കൊടുങ്ങല്ലൂരിൽ എത്തി. രാജാവിന്റെ അനന്തിരവന്മാർ അവർക്ക് രാജോചിതമായ സ്വീകരണം നല്കി. വന്നവർക്ക് മതപ്രചാരണം നടത്താനും പള്ളി നിർമ്മിക്കാനുമുള്ള അനുവാദവും കൊടുത്തു. ആ കാര്യങ്ങളാണ് കവി പറയുന്നത്.

ഇശൽ: തൊങ്കൽ

"എത്തീനടന്താവർ മലയാളത്തിൽ
ഇന്തെ കൊടുങ്ങല്ലൂർ നഗർതാളത്തിൽ
കത്തും മുടിവേന്തർ മണിതാജുദ്ദീൻ
ഹാജിവസിയത്തും കുറിയാൽ മുന്തി
തെറ്റാതരശൻ സമ്മതത്താൽ ഇസ്ലാം
ദിനൈനടത്തീനാർ ശറഹ്നൂലാം."

പെരുമാൾ താജുദ്ദീൻ അവർകളുടെ ഒസിയത്ത് അടങ്ങിയ കത്തിന്റെ അടിസ്ഥാനത്തിൽ കിട്ടിയ സ്വീകരണവും അംഗീകാരവും ദീൻ പ്രചരിപ്പിക്കാനുള്ള അനുവാദവും അനുസരിച്ചാണ് കേരളത്തിൽ ഇസ്ലാം ദീൻ പ്രചാരത്തിൽ വന്നത് എന്നാണ് വൈദ്യർ പ്രസ്താവിക്കുന്നത്.

ആ കാലം തൊട്ടു ഹിന്ദു മുസ്ലിം സമുദായത്തിന്റെ അന്യോന്യം സ്നേഹത്തിലും സൗഹാർദ്ദത്തിലുമാണ് കഴിഞ്ഞുവന്നത്. മലപ്പുറത്തെ നാടുവാഴി പാറനമ്പിയും മുസ്ലിമിങ്ങളും തമ്മിൽ നിലനിന്നിരുന്ന സൗഹൃദം ഒരു തെറ്റിദ്ധാരണ മൂലം ഉലഞ്ഞുപോയതിനാൽ ഉണ്ടായ അനർത്ഥങ്ങളാണ് മലപ്പുറം പടയിൽ കലാശിച്ചത്. മാപ്പിളമാർ പാറനമ്പിയുടെ പടനായകന്മാരായിരുന്നു.

പാറനമ്പിയുടെ പടയാളികളിലെ മുസ്ലിം സാന്നിദ്ധ്യത്തിന്റെ പ്രാധാന്യം കാണിക്കുന്ന ഒരു സംഭവം വൈദ്യർ ഈ കൃതിയിൽ ഉദ്ധരിക്കുന്നുണ്ട്.

നമ്പിയുടെ നായർ പടയാളികൾ ഒരിക്കൽ കോട്ടയ്ക്കൽ തമ്പുരാന്റെ സേനയുമായി ഒരു അതിർത്തിത്തർക്കത്തിന്റെ പേരിൽ ഏറ്റുമുട്ടി. നമ്പിയുടെ പട്ടാളക്കാർ യുദ്ധത്തിൽ തോറ്റു. അവർ പിന്തിരിഞ്ഞോടി. അതിനാൽ നമ്പിക്ക് ചില സ്ഥലങ്ങൾ നഷ്ടപ്പെട്ടു. മാനം രക്ഷിക്കാനും നഷ്ടപ്പെട്ട സ്ഥലങ്ങൾ തിരിച്ചുപിടിക്കാനും വേണ്ടി നടത്തിയ രണ്ടാമത്തെ

യുദ്ധത്തിൽ ധീരരായ മാപ്പിള യോദ്ധാക്കളാണ് മുൻപന്തിയിൽനിന്നുപോരാടിയത്. യുദ്ധം ചെയ്ത് വിജയിച്ചാൽ കൊടുക്കുന്ന പാരിതോഷികങ്ങൾ നമ്പി ആദ്യംതന്നെ പ്രഖ്യാപിച്ചു. മലപ്പുറത്തെ പ്രശസ്തരായ നാലു മാപ്പിളകുടുംബങ്ങൾ നമ്പിയുടെ സേനാനായകന്മാരായിരുന്നു. ആ ചരിത്രം നോക്കുക.

ഇശൽ: തെളിന്ദിട്ടപോതിൽ

“ബലത്തിനാൽ പട ജയിക്കിൻ ഏറ്റമെ
കൊടുക്കും മാനങ്ങൾ വിരുത്തിടൈ
വികത്തിനാൽ മനം ചലിത്തിടാതെ മുൻ
അണിക്ക് ജോനരെ നിറുത്തിടൈ
കാലിത്ത് കാലർപിൻ അണിക്കുമായ് ക്ഷണം
നടത്തി പോയ് തുകൽ തുടർത്തിടൈ
കരുത്തിൽ കേറി ന ഉരത്തിനാൽ പൊത്ത്
നിലങ്കൾ കോട്ടയും പിടിത്തിടൈ
നിലത്തിനിൽ കിടങ്ങകത്ത് കാവലും
ഉറപ്പിത്താകെയും അമർത്തി ടൈ
നടത്തിസാനിയായ് വിടുത്ത് പോരത്
ചൊടിത്ത് ജോനരാൽ ജഹിത്തിടൈ
കുലത്തിൽ നൽമന പതിയരാം
ചുരടിൽ ഒണ്ട് താൻ അടലിൽ പൊങ്കിടും
കടുവർമ്മങ്കരതൊടിയരാം
ബഹുത്ത് ശൂരത്വം പെരുത്തെ തോരപ്പ
മനക്ക് പേരുറ്റെദ്ധിതിയരാം
വിരുത്തെ സാലിസത് അരിപ്പത്തീറുറ്റെ
നരിപ്പറ്റ വീട് കരുത്തരാം
മഹത്തർ നാലാമത്ത അകത്തർ ചാലാട്ടിൽ
കരുത്തർ നാങ്ക് ഇവയ് വിരുത്തരാം
മറുത്ത് കോട്ടയ്ക്കൽ സ്വരൂപത്തോടെനാ-
ടടക്കിതോപ്പിത്തിങ്കണുന്തരാം
ജിഹത്തിൽ ജേകനും മികത്തെ ഏറ്റവും
സുഖത്തിൽ നേശവും മികന്തരാം
നിറത്തിലെ മലപ്പുറത്തിലെ കൂടി
പൊറുത്ത് വാൾ പുരിന്തിരിന്തരാം.”

യുദ്ധാനന്തരം കൈവരാവുന്ന സമ്മാനങ്ങളും ബഹുമതികളും മാപ്പിളപ്പടയാളികളെ ആവേശഭരിതരാക്കി. മനോധൈര്യത്തോടെ അവർ അണിചേർന്നു പോരാട്ടം നടത്തി. നഷ്ടപ്പെട്ട സ്ഥലങ്ങളും കോട്ടയ്ക്കൽ രാജാവിന്റെ കോട്ടയും പിടിച്ചു. തദനന്തരം കിടങ്ങുകൾ കുഴിച്ചു അതിൽ പടയാളികൾ കാവലിരുന്നു. അങ്ങനെ മാപ്പിളമാരുടെ കരുത്തുകൊണ്ട് യുദ്ധം

ജയിച്ചടക്കി. അവർ നാല് തറവാട്ടുകാരായിരുന്നു. അതിൽ ഒന്ന് പുലികളായ 'മങ്കതൊടി'ക്കാർ രണ്ട് ശൂരന്മാരായ തോരപ്പ വീട്ടുകാർ, മൂന്ന് വീരന്മാരായ നരിപ്പറ്റ കുടുംബം, നാലു കരുത്തുറ്റെ ചാലാട്ടിൽ തറവാട്ടുകാർ കോട്ടയ്ക്കൽ സ്വരൂപത്തെയും നാടടക്കിയും അവർ പരാജയപ്പെടുത്തി. അങ്ങനെ പാറനമ്പിയുടെ പ്രതാപവും പെരുമയും നിലനിർത്തി.

അവതരണത്തിലെ ചരിത്രവിശദീകരണം പൂർണ്ണമാക്കാനാണ് പാട്ടിന്റെ ഈ ഭാഗം മുഴുവനും ഉദ്ധരിച്ചത്. യുദ്ധവർണ്ണനാ ചാതുര്യം വൈദ്യരുടെ കൂടപ്പിറപ്പായിരുന്നു. ഏറനാട്ടിലെ മാപ്പിളമാർ ബ്രിട്ടീഷ് സാമ്രാജ്യത്തിനെതിരിൽ നടത്തിവന്ന സമരസംഘട്ടനങ്ങൾ ചെറുപ്പം മുതൽ കണ്ടും അനുഭവിച്ചുംകൊണ്ടാണ് വൈദ്യർ വളർന്നത്. അതിനാൽ ആ സമരവീര്യം അദ്ദേഹത്തിന്റെ വിപ്ലവബോധത്തെ ഉണർത്തിച്ചതാവാം.

വൈദ്യർ ഒരു ബഹുഭാഷാ ജ്ഞാനിയായിരുന്നു എന്ന് മുമ്പ് പറഞ്ഞുവല്ലോ. മലപ്പുറം പടപ്പാട്ടിൽ തന്നെയുള്ള സംസ്കൃതത്തിൽ എഴുതിയ മാപ്പിളപ്പാട്ടിന്റെ രണ്ടുവരികൾ ഉദ്ധരിക്കാം.

ഇശൽ: തടകിമണത്തെ

"ജഗധര ഘണ്ണനാം പുരബീജം
ജനീരന്യാതരാനാം സൃഷ്ടീ നാം
ജനകകൃതസ്തനു രന്തീരുതാ-പ്രദമതി സചിവ
ജഗുണ മനസ്കര നസ്സിയ വേദാ-
അകരിൽ ശുഭനാം മസ്കുഹതേനാ
സ്ഥിതിയും യുക് മസ്തനു ശ്ചാരിയതത്രെ
അഹിസുശിരെ ദൃതികൂടമ സുഫദാ - ഇൻദപജനക്രിം
അരപിസുന പ്രണമിയ മഹാമേതാ."

പ്രപഞ്ചത്തിന്റെ സൃഷ്ടിക്ക് ഹേതുഭൂതനായ നബിയെ ഞാൻ വന്ദിക്കുന്നു. മഹാനായ അബൂബക്കർ ധീരനായ ഉമർ പ്രവാചകന്റെ രണ്ടു പുത്രിമാരെ വിവാഹം ചെയ്ത് ധർമ്മിഷ്ഠനായ ഉസ്മനെയും മകൾ ഫാത്തിമയെ വിവാഹം ചെയ്ത കരുത്തനായ അലിയെയും ഞാൻ വന്ദിക്കുന്നു എന്ന ഭാഗമാണ് മേൽ ഉദ്ധരിക്കുന്നത്. മലപ്പുറംപട പൂർണ്ണമായി വിവരിക്കുന്നില്ല. ആ ദുഃഖകരമായ സംഘട്ടനചരിത്രത്തിലെ അവസാനത്തെ വരികൾ നോക്കാം.

ഇശൽ: തൊങ്കൽ

"ഒലിയാമലപ്പുറം ശുഹദാക്കളെ
ഉൻമാതരി പീരെ ഇഖ്വാങ്കളെ
ഉശിദം ജുമു അ: നാൾ വഖ്ത്തിൽ കന്നം
ഓതും ഖുതുബകൾ തരമാം എണ്ണം
പിശലായ് മസ്ജിദയ് യെരിക്കും സബ്വാൽ
പിണങ്ങിപ്പൊരുദവർശഹീദായ് ഹുബ്ബാൽ.."

മലപ്പുറം പടയാളികൾ, പള്ളി ശത്രുക്കൾ തീ കൊടുത്തപ്പോൾ ധീരമായി അതിനെ എതിർക്കുകയും യുദ്ധക്കളത്തിൽ രക്തസാക്ഷികളായി വീഴുകയും ചെയ്ത മഹാന്മാരാണവർ. അവരുടെ മഹത്ത്വങ്ങളാൽ നമുക്കു രക്ഷനല്കണേ എന്നു പ്രാർത്ഥിച്ചുകൊണ്ടാണ് എഴുപത്തൊന്നു അദ്ധ്യായങ്ങളുള്ള ഈ പടപ്പാട്ട് അവസാനിക്കുന്നത്.

'ഷാം വിജയം' പടപ്പാട്ട്

പടപ്പാട്ടുകളിൽ ഉത്തമമായ ഒരു കൃതിയാണ് ചേറ്റുവാ പരീക്കുട്ടി യുടെ *ഫുത്തുഹുശാം* അഥവാ ഷാംവിജയം. ഷാം എന്ന രാജ്യത്തിന് ഇപ്പോഴത്തെ പേര് 'സിറിയ' എന്നാണ്. ഇത് പുരാതനകാലത്ത് ലോക കമ്പോളമായിരുന്നു. ഹിർഖൽ രാജാവിന്റെ അധീനതയിലായിരുന്നു. ആ പ്രദേശങ്ങൾ. ആ കമ്പോള നഗരവും രാജ്യവും ജയിലടക്കിയ ചരിത്ര മാണ് *ഫുത്തുഹുശാം.*

മാപ്പിളപ്പാട്ടു വൃത്തനിയമങ്ങൾ പൂർണ്ണമായും പാലിച്ചിട്ടില്ലെന്ന് ഈ കൃതിയെ സംബന്ധിച്ചു സമകാലികന്മാരായ മാപ്പിളക്കവികൾക്കു വിമർശ നമുണ്ടായിരുന്നു. എന്നാൽ സംഭവങ്ങളുടെ വിശകലനത്തിലും പാട്ടിന്റെ ഈണത്തിലും അവതരണ കലയിലും ഉത്തമമാണ് ഈ കൃതിയെന്നു കാണാം. തുടക്കത്തിലെ ഏതാനും വരികൾ ഉദ്ധരിക്കാം.

"യെത്തീഅമീറന്മാർ അടുത്താനെ - യെങ്കൾ
അബൂബക്കർ തിരുമുഖം നളർത്താനെ
സത്തുരംസുആ ലേറ്റി തൊടുത്താനെ - ശൂരർ
ലൈസുബ്നു ലൈറത്തെ ണ്ടവർ താനെ
അന്നേരം പടാ അസ്കർ നിറന്താനെ - യെങ്കൾ
ഇടുക്കമായ് കുടിപ്പാർപ്പും തലം താനെ
വെത്തെല്ലായ് വജീനങ്ങൾ മുടിന്താനെ - വേണ്ടും
ജലപുല്പം ഒടുങ്കിവൻ ഖഹ്ത്താനെ
വിടുകാതെ നമ്മെ ഖൽബിൽ കൊതിയാനെ - വേഗം
തുറബന്തർ നഗർ 'ശാമു'ക്കയപ്പാനെ
കട്ടിയായ് നഗർശാമും പതിമൂറും-ഹിർഖൽ
അരശൻ കൈവിടുത്തെങ്കൾ പുടിപ്പാനെ."

നബിക്ക് ശേഷം ഒന്നാമത്തെ ഖലീഫ അബൂബക്കർ സിദ്ദിഖിന്റെ

കാലത്താണ് ഈ സംഭവം. ലോകവാണിജ്യ വ്യവസായങ്ങളുടെ കേന്ദ്ര മായിരുന്നു 'ശാം" നഗരം. അത് റോമാചക്രവർത്തി ഹിർഖലിന്റെ അധീ നതയിൽനിന്നു വീണ്ടെടുക്കൽ അറബികളുടെ ആവശ്യവും അഭിമാന പ്രശ്നവുമായിരുന്നു. മർമ്മ പ്രധാനമായ ആ യുദ്ധം ജയിച്ചടക്കി.

പക്ഷേ, ആ പോരാട്ടത്തിൽ അറബികൾക്ക് വന്ന ഏറ്റവും വലിയ നഷ്ടം, ഇബാനുബ്നു സഊദ് എന്ന പോരാളിയുടെ രക്തസാക്ഷിത്വമാ യിരുന്നു. അദ്ദേഹം വിവാഹിതനായിട്ട് ഒരുമാസം മാത്രമേ ആയിരു ന്നുള്ളൂ. അദ്ദേഹത്തിന്റെ വധു, "ഉമൈബാനും" ആ യുദ്ധരംഗത്തുണ്ടാ യിരുന്നു. പൊരിഞ്ഞ പോരാട്ടം നടത്തി ആ രണശൂരൻ മരണപ്പെട്ടു. വിവരം അറിഞ്ഞ ഉമൈബാൻ ഭർത്താവിന്റെ ജഡത്തിനടുത്ത് വന്ന് ഹൃദയം പൊട്ടി വിലപിക്കുന്ന രംഗം മർമ്മഭേദകമായിരുന്നു. ആ ഭാഗം പരീക്കുട്ടി ഹൃദയസ്പൃക്കായി വരച്ചു കാണിക്കുന്നു.

"മാനിതക്കോതിഖൽ ബിൽമദിരപൂകനി തേനെ
മദനപൂകനിയെ യെൻ മഹ്ബൂബരെ
തേനാറിൽ രസം ഖൽ ബിൽഇരിക്കെത്താൻ പിരിത്തെന്റെ
താശിയാൾ കരൾ കരിഞ്ഞലിയുന്നെന്റെ
വാണെന്നാൾ ഇണങ്ങിപ്പൊൻമണിമാറിൻമണം കൊണ്ടേ
മധുരം ഞാൻ മറക്കുന്നെ ദിനം ഏതള്ളാ.
നാണാതെ സുഖത്തിൻ നാം ഇരിവേരും പലെ സീറിൽ
നിലാനിന്നെ പിലാക്കും വിട്ടൊഴിഞ്ഞോതേനെ
ആശിഖിൽ മഹ്ശുഖ് ആക്കിനെ മഹബൂബ് പിരിഞ്ഞെന്റെ
ഹാജത്തിന്റെതിർവീടും ദിനം ഏതള്ളാ."

ശോകാർദ്രമായ ഈ വരികൾ പഴയ കാലത്ത് മാപ്പിളപ്പെണ്ണുങ്ങൾ മാറത്തലച്ച് പാടുമായിരുന്നു. ലളിതമായ ഭാഷയിൽ, ഹൃദയത്തിന്റെ അടി ത്തട്ടിൽനിന്ന് ഉയർന്നുവരുന്ന ഉമൈബാന്റെ വിലാപം പാട്ടുകളിൽ പകർത്തിയ പരീക്കുട്ടിയുടെ ഭാവന അതീവസുന്ദരമാണ്. ഇത് പാടു മ്പോൾ, പലപ്പോഴും "ഗാന്ധാരീവിലാപം" ഓർമ്മ വരാറുണ്ട്. ഭാഷാസാ ഹിത്യചരിത്രത്തിലെ ഒരു അത്ഭുത സംഘട്ടനത്തിന്റെ വികാരപരമായ ചിത്രീകരണമാണത്.

മഹാഭാരതയുദ്ധത്തിൽ തകർന്നടിഞ്ഞ നൂറ്റവരുടെ അമ്മ ഗാന്ധാരി യുദ്ധക്കളത്തിൽ വന്നു ശ്രീകൃഷ്ണനോട് ഹൃദയം പൊട്ടി വിലപിക്കുന്ന താണ് സന്ദർഭം.

"കണ്ടീലയോ നീ മുകുന്ദാ ധരണിയി-
ലുണ്ടായ മന്നരിൽ മുമ്പൻ ഭഗദത്തൻ
തൻ കരിവീരന്നരികെ ധനുസ്സുമായ്
സംക്രന്ദനാത്മജൻ എയ്ത ശരത്തിനാൽ
വീണിതല്ലോ കിടക്കുന്നു ധരണിയിൽ
ശോണിതവുമണിഞ്ഞയ്യോ, ശിവ! ശിവ!"

യുദ്ധക്കളത്തിൽ മരിച്ചുകിടക്കുന്ന തന്റെ മക്കളെ പേരെടുത്തു വിളിച്ച് കൃഷ്ണനോടു വിലപിക്കുന്ന രംഗം മർമ്മഭേദകമാണ്.

'കർബല' യുദ്ധം

ഇസ്ലാമിക ചരിത്രത്തിലെ കദനരസം കരകവിഞ്ഞൊഴുകുന്ന ഒരു സംഭവമായിരുന്നു. "കർബല"യുദ്ധം. വഴി വിട്ടുപോകുന്ന ഇസ്ലാമിക ഭരണകൂടത്തിന്റെ തെറ്റായ പിടിയിൽനിന്നു ഖിലാഫത്തിനെ മോചിപ്പിക്കാൻ നബിയുടെ പൗത്രൻ ഇമാം ഹുസൈൻ നടത്തിയ ശ്രമമായിരുന്നു സംഘട്ടനത്തിൽ കലാശിച്ചത്. അദ്ദേഹത്തിന്റെ യാത്ര ഖിലാഫത്ത് ഭരണകേന്ദ്രമായ ഖുഫയിലേക്കായിരുന്നു. വഴിമദ്ധ്യേ കർബലയിൽ വെച്ചു ഭരണാധികാരി യസീദ്ന്റെ പട്ടാളം തടഞ്ഞു. അദ്ദേഹത്തെയും കുടുംബത്തെയും വളഞ്ഞു. കീഴടങ്ങാൻ പട്ടാളം ആവശ്യപ്പെട്ടു. അദ്ദേഹം വഴങ്ങിയില്ല. തടവുകാരനാവുന്നതിനേക്കാൾ ഉത്തമം അടർക്കളത്തിൽ അടരാടി രക്തസാക്ഷിത്വം വരിക്കലാണെന്ന് അദ്ദേഹം കരുതി. തുടർന്ന് ഏറ്റുമുട്ടലും സംഘട്ടനവും നടന്നു. ചെറുത്തുനില്ക്കാനാവാതെ ഇമാം ഹുസൈൻ മരിച്ചുവീണു രക്തസാക്ഷിയായി.

ഈ സംഭവം പല കവികളും വിഷയമാക്കിയിട്ടുണ്ട്. മൺമറഞ്ഞുപോയ മഹാരഥന്മാരായ ചില കവികളെയും ഏതാനും മനോഹരങ്ങളായ പാട്ടുകളെയും പരിചയപ്പെടുത്തലാണല്ലോ ഈ കൃതിയുടെ ഉദ്ദേശം. ആ നിലയ്ക്ക് അരിക്കോട്ടുകാരനായ മുണ്ടമ്പ്ര ഉണ്ണിമമ്മത് എഴുതിയ *കർബല പടപ്പാട്ടിൽ*നിന്നും ഏതാനും വരികൾ ഉദ്ധരിക്കാം. ശബ്ദഭംഗികൊണ്ടും, ഇശൽ സൗന്ദര്യംകൊണ്ടും ശ്രദ്ധേയമായ അദ്ദേഹത്തിന്റെ അവതരണം കാണുക.

ഇശൽ: ഓശകൾ തുണ്ട് ചുരുക്കം

"നടന്താർ പടയാളികളും ബഹുഘോഷമിനാൽ അണുകുശിട
എണ്ടെ
നാശം ഓശകളാൽ–പടെ ദുടി– താശമേശകളാൽ

അനേകമെ- പാശമോശകളും
മുട്ടും അതിശയമുരശൊട് - കശിമണിക്കുശൻവിളി
പാട്ടും ചോട്ടുകളാൽ - ബരവിൽ
ആട്ടം ആശകളാൽ...
നെടിയുന്നു റാവികുസായി ആദക്കിളയാകിനെ
ബേങ്കസുലൈമാ-
നോരും മുൻതലമാ-അടലതിൽ ഏശിയെകൊടുമ
തടിയുടെ ക്ഷീണവും അലമാ
പോക്കും ഇട ഒരുപട വരവുടെ - പിടികുടിലമിൽ
പാരെകാങ്കലുമായ് - പരിഇരുൾ
ഏറെതുങ്കലുമായ്..."

യസീദിന്റെ പടയാളികൾ താളമേള വാദ്യങ്ങളും കൊട്ടും കുരവയുമായിട്ടാണ് കർബലയെ സമീപിക്കുന്നത്. നേരം സന്ധ്യ. ഇരുൾ മൂടുന്നു. ഹുസൈന്നെവർക്കും കുടുംബത്തിനും ഏതാനും സഹചാരികൾക്കും യാത്രാക്ഷീണം. ദാഹവും വിശപ്പും അവരെ വലച്ചിരുന്നു. അപ്രതീക്ഷിതമായാണ് ആ സംഘട്ടനം നടന്നത്. ഈ സംഭവം ഇസ്ലാമിക ചരിത്രത്തിലെ കറുത്ത അദ്ധ്യായവും മറ്റൊരു വഴിത്തിരിവും ആയിരുന്നു. സംഭവം ഓർമ്മിക്കാനും ഉണ്ണിമമ്മതിന്റെ പാട്ടിന്റെ അവതരണഭംഗി കാണാനുമാണ് ഇത്രയും പറഞ്ഞത്. മറ്റൊരു കൃതികളിലും കാണാത്ത വിധം മാപ്പിളപ്പാട്ടിലെ വെപ്പു, എടുപ്പു, കുനിപ്പ്, കമ്പി എന്നിവയുടെ മോഹനമായ സമ്മേളനം ഇതിൽ കാണാവുന്നതാണ്.

"ചാക്കിരി ബദർ" പടപ്പാട്ട്

മാപ്പിളപ്പാട്ടുകൾക്ക് പുതിയ മാനം കണ്ടെത്തിയ കവിയായിരുന്നു. ചാക്കിരി മൊയ്തീൻ കുട്ടി. മലയാളത്തിൽ അറബി, ഉറുദു, തമിഴ് പദങ്ങൾ കൂട്ടിക്കലർത്തിയ ഒരു സങ്കരഭാഷയിലായിരുന്നു പരമ്പരാഗതമായി പാട്ടുകൾ എഴുതിയിരുന്നത്. ചാക്കീരിയും ആ രീതിയിൽ തന്നെയായിരുന്നു എഴുതി തുടങ്ങിയത്.

എന്നാൽ മാപ്പിളപ്പാട്ടു രചനയിൽ ഒരു മാറ്റത്തിന്റെ തിരികൊളുത്തിയത് അദ്ദേഹമായിരുന്നു. ശുദ്ധമായ മലയാളഭാഷയിൽ മാപ്പിളപ്പാട്ടിന്റെ ജീവൻ നഷ്ടപ്പെടാതെ, തനിമ നിലനിർത്തികൊണ്ടു മലയാളഭാഷയിൽ ഒതുങ്ങിനിന്ന് അദ്ദേഹം കാവ്യങ്ങൾ എഴുതി. "ചാക്കീരിബദർ" എന്ന പേരിലാണ് അദ്ദേഹത്തിന്റെ ബദർ പടപ്പാട്ട് അറിയപ്പെട്ടത്. ഭാഷ മാത്രമല്ല പുതിയ വൃത്തങ്ങളും വൃത്തങ്ങൾക്ക് പുതിയ പേരുകളും അദ്ദേഹം ഉണ്ടാക്കി. ചായൽനട, ആചാരമംഗലം, ചിന്ത് ചായ്പ്, പുതിയ കല്യാണി, മാലിനി എന്നീ പേരുകളാണ് അദ്ദേഹം വൃത്തങ്ങൾക്ക് നല്കിയത്.

എന്നാൽ മാപ്പിളപ്പാട്ടിന്റെ അടിസ്ഥാനപരമായ വൃത്തനിയമങ്ങളും പ്രാസഭംഗിയും സംഗീതാത്മകതയും അദ്ദേഹം പാലിച്ചിരുന്നു. അദ്ദേഹത്തിന്റെ ബദർ പടപ്പാട്ടിലെ ചില വരികൾ ഉദ്ധരിക്കാം. തുടക്കം തന്നെ,

ഇശൽ: ചായൽനട (കപ്പപ്പാട്ട്)

"ബദറിൽ നിന്നുണ്ടായ അഭിയോഗം മൂന്നാം
ബദറുൽ ഉലാ എന്ന ടരാതിലൊന്നാം
ബദറുൽ ഖുബ്റ അതിൽ നിന്ന് മദ്ധ്യം
ബദറുൽ അഖീറത്തവസാനയുദ്ധം."

ബദറിൽ വെച്ചു മൂന്നു യുദ്ധങ്ങളാണ് ഉണ്ടായത്. അതിൽ ആദ്യ ത്തേത് 'ഉല' എന്നാണ്. അവസാനത്തേത് 'ആ ഖീറത്ത്' എന്നാണ് പേര്. ഇവ രണ്ടിന്റെയും നടുവിലുള്ളതും രണ്ടാമത്തേതുമായ യുദ്ധമാണ്. "ഖുബ്റ" എന്ന പേരിൽ അറിയപ്പെടുന്നത്. അതാണ് എല്ലാ "ബദർ യുദ്ധ" കാവ്യങ്ങളിലെയും പ്രതിപാദ്യവിഷയം. ചാക്കീരി തുടരുന്നു.

"ബദറിൽ നടുവായ വാർത്തകൾകോർത്ത്
ഭാഷയിൽ സംഗീതമാക്കി ഞാൻ ചേർത്ത്
എതിർപ്പിൽ മഹാശൂരവീരന്മാരായ
ഇഷ്ടനബിയുടെ വംശങ്ങളായ
വലിയ ഖുറൈശിക്കുലത്തോടെതിർത്ത
വർണ്ണനയാകുന്നു ഇപ്പടവർത്താ."

മേൽപ്പറഞ്ഞ വരികൾ മാപ്പിളപ്പാട്ടിന്റെ ഇശലും ശൈലിയും തന്നെ പ്രാസനിയമങ്ങളും പാലിച്ചിട്ടുണ്ട്. ഇതിൽ ചില പാട്ടുകളും അതിമനോ ഹരമങ്ങളാണ്. നബിയും സംഘവും ബദറിലേക്കു പുറപ്പെടുന്ന രംഗം അദ്ദേഹം ഗാനാത്മകമായി വർണ്ണിക്കുന്നു.

ഇശൽ: ആചാരമംഗലം (മതിമകൾവാൻ)

"നിധിമതിമാൻ ജഗതിവിളങ്ങും മണിനബി
ഹിജ്റത്തിൽ സമ്മരണ്ടിൽ
നിറ റമളാനതിലതി സുകൃത പടിയിത്
പൊരുതുകയായ്
ഇതിനുടെ വാസര വിഷയത്തിൽ ചതുർദിശ
യോട് പഞ്ചമിദിന മെന്നും
ഇതിനെതിരായ് ഇരുനവമെന്നും
ചില മൊഴികളിൽ പരവായ്
അതുലിതരാം ഇബ്നു ഹിഷാമിൻ മൊഴി
പതിനേഴ് നൽജുമുഅ: ദിനത്തിൽ
അത് സ്ഥിരമാക്കിയ സമപൊരുൾ മുൻ
തഖാവിലുമരുളുകയായ്
അതിരഥന്മാരുടെ നൂതിപറയുന്നവരിലും
കേൾക്കുന്നവരിലുമെല്ലാം
അനുഭവമേറിയ പല പുണ്യം തരൂ
മവനു പരതിയായ്."

അന്യഭാഷാപ്രയോഗം കൂടാതെ പ്രാസഭംഗിയോടു കൂടി എത്ര മനോഹരമായിട്ടാണ് അദ്ദേഹം ഗാനം ചെയ്യുന്നത്. ബുദ്ധിയുടെ നിധി എന്നാണ് നബിയെ അദ്ദേഹം വിശേഷിപ്പിച്ചത്. ലോകപ്രശസ്തനും ബുദ്ധിമാനുമായ നബി, ഹിജറ രണ്ടാംവർഷത്തിൽ റംസാൻ മാസത്തിന്റെ ഭക്തി സാന്ദ്രമായ അന്തരീക്ഷത്തിലാണ് ആ ധർമ്മയുദ്ധം പൊരുതിയത് എന്നു തുടങ്ങി, ആ സംഭവത്തെ സംബന്ധിച്ചുള്ള വിവിധ അഭിപ്രായങ്ങൾ പ്രസ്താവിച്ചുകൊണ്ടും ദൈവാനുഗ്രഹത്തിനു പ്രാർത്ഥിച്ചു കൊണ്ടും ഈ വരികൾ അവസാനിക്കുന്നു. വിവരണം ഇല്ലാതെ തന്നെ സാധാരണക്കാർക്കു മനസ്സിലാകുന്ന വിധമാണ് അവതരണം.

ഷാമിലേക്ക് കച്ചവടത്തിന് പുറപ്പെട്ട ഖുറൈശികളുടെ സംഘം വർദ്ധിച്ച ചരക്കുകളുമായി മക്കത്തുനിന്ന് പുറപ്പെട്ടു സുരക്ഷിതമായി ഷാമിൽ എത്തി. കൊണ്ടുവരേണ്ട ചരക്കുകളുമായി വാരവൻ സംഘം ഷാമിലെ വിട്ട് വീണ്ടും മക്കത്തേക്ക് യാത്രയാവുന്നു. ആ ഭാഗം എത്ര സുന്ദരമായിട്ടാണ് വിവരിക്കുന്നത്.

ഇശൽ : പുതിയ കല്യാണി (തടകിമണത്തെ)

"ഗുണനിധി മക്കപുരിയിലെ ഘോഷാതകിമാരു
ടെ പുനർവാർത്തകൾ കേൾപ്പിൻ
ഗുണകര ജഗതിയിൽ നിന്ന് ജനൗഘം
വിട്ടു പിരിഞ്ഞെ - ജനവും -
മുതൽകളുമൊരു വിധം ഹാനി വരാതെ
ഷാമിലണഞ്ഞെ
വണിജമുറച്ചെന്നവർ പല കീട ജധാന്യ
സുഗന്ധങ്ങൾ മുതലായ
വക ബഹുമൂല്യ ചരക്കുകളേറ്റമെടുത്ത്
കഴിഞ്ഞെ - പിറകെ-
ധനമിവ ജവികളിൽ വെച്ചവർഷമിനെ
വിട്ടുപിരിഞ്ഞെ."

ചാക്കീരി ബദർ പൂർണ്ണമായി ഉദ്ധരിച്ചു വ്യാഖ്യാനിക്കാൻ ഇവിടെ മുതിരുന്നില്ല. മാപ്പിളപ്പാട്ടുകൾ പഴയ സങ്കരഭാഷയിൽ മാത്രമായി ഇപ്പോഴും എഴുതേണ്ടതില്ലെന്നും സമ്പുഷ്ടമായ മലയാളഭാഷയിൽത്തന്നെ ഒതുങ്ങി നിന്നുകൊണ്ട് ഗാനരചന നടത്താൻ കഴിയുമെന്നും ചാക്കീരി മൊയ്തീൻ കുട്ടി കാണിച്ചു തന്നതാണ്, തന്റെ ഈ ബദർപടപ്പാട്ട്. അത് പൂർണ്ണമായും മലയാളത്തിൽ അച്ചടിച്ചു പ്രസിദ്ധീകരിച്ചിട്ടുണ്ട്. അതിനാൽ നമുക്ക് ഇതിന്റെ വിവരണം ഇവിടെ നിർത്താം.

മാപ്പിളപ്പാട്ടിന്റെ സൗന്ദര്യം നഷ്ടപ്പെടാതെ മലയാളഭാഷയിൽ ഒതുങ്ങി നിന്ന് പാട്ടുകൾ എഴുതുന്ന കവികളാണ് വേണ്ടത്. പ്രാസം, വെപ്പ്, എടുപ്പ്, കുനിപ്പ് എന്നിവ പാലിക്കാതെ എഴുതുന്നത് ഈ ഗണത്തിൽ വരുന്നതല്ല. ഇതെല്ലാം നോക്കി പാട്ട് എഴുതിയിരുന്ന കവിയായിരുന്നു പുലി

ക്കോട്ടുൽ ഹൈദറും, നല്ലളം ബീരാനും മറ്റും.

ഇവർക്ക് ശേഷം ആ രീതിയിൽ പാട്ട് എഴുതിയ വേറെയും കവികൾ ഉണ്ടായി. അവരുടെ ചില കൃതികൾ ആസ്വാദ്യകരമായി തോന്നുകയുണ്ടായി.

നിലമ്പൂർകാരനായ കെ ജി ഉണ്ണീൻ ഇമ്പമാർന്ന പാട്ടുകൾ എഴുതിയിരുന്നു. താഴെ ചേർക്കുന്ന വരികൾ ശ്രദ്ധിക്കുക.

ഇശൽ: മലർകയ്യാൽ

"കേരള പൂങ്കാവനത്തിൽ പൂങ്കുയിലുകൾ പാട്ടുപാടി
കേരവൃക്ഷങ്ങൾ തലാട്ടിത്താളമിട്ടാടി - പുഞ്ചിരി
തൂകിടുന്നു ഏറനാട്ടിൽ മാമലക്കുടി
ഇമ്മിണിദൂരത്ത് കാണുന്ന മ്മലനെറുകിലാരൊ
ചിമ്മിണികത്തിച്ചു ചെന്നിണ ചെങ്കതിർകാട്ടി പാട്ടിന്
ചേലിലങ്ങനെ മോടികൂട്ടിവീണകൾ മീട്ടി."

ഹിമാലയപർവ്വതത്തിന്നപ്പുറത്ത് ചൈന സ്വാതന്ത്ര്യം നേടുന്ന ആവേശകരമായ കാഴ്ചയാണ്, "ചിമ്മിണി കത്തിച്ച് ചെന്നിണ ചെങ്കതിർ" കാട്ടി എന്ന പദപ്രയോഗത്തിലൂടെ ഉണ്ണീൻ വരച്ചു കാണിച്ചത്. ആദ്യം കേരളത്തിന്റെ പച്ചയായ സൗന്ദര്യം ചിത്രീകരിക്കാൻ കവി മറന്നില്ല. അദ്ദേഹത്തിന്റെ തന്നെ ഒരു വിപ്ലവഗാനവും കൂടി കാണാം.

ഇശൽ: തടകിമണത്തെ

"അള്ളപടച്ചെ ഭൂമിയെയിന്നൊരു കൂട്ടര്
കുത്തകയാക്കി നിറുത്തി
അതിനുടെ അളവും അതിരുമെഇത് വരെ
കണ്ടിട്ടു കാത്തെ-ജന്മി
അകലെയിരുന്നു അതിൽവിളയുന്നത് തിന്നുകയാണെ
ഉടനെയതിന്നൊരറുതി വരുത്താൻ ഉണരുകയായ് കർഷകരഖിലം
പടപൊരുതിചെങ്കൊടിയുമെടുത്ത് ഉയരുകയായി - കപട-
കുടില മനസ്കരെ കെണിവലതച്ചു തകർത്തുകയായെ
രാപകൽ മണ്ണിൽ പണിയെടുത്തിട്ടും
അരവയറായി കഴിയുന്നെ
രാമനും രായനും കുരിയനുമൊത്ത്
അണി നിരക്കുന്നെ നമ്മുടെ
മൊയ്തുക്കാക്കയും അവരുടെ കൂടെ വന്നിരിക്കുന്നെ."

ജന്മി-മുതലാളിത്ത വ്യവസ്ഥ കൊടികുത്തി വാഴുന്ന കാലമായിരുന്നു. പാട്ടം കൊടുത്ത് നടുവൊടിഞ്ഞ കൃഷിക്കാരൻ കർഷകത്തൊഴിലാളിയും അണിചേർന്നു. സർവ്വജാതിചിന്തയും മറന്നു പോരാട്ടത്തിനൊരുങ്ങുന്ന ആവേശകരമായ കാഴ്ചയാണ് കവി വിവരിക്കുന്നത്.

ഈ തരത്തിലുള്ള പാട്ടുകളും അതുപോലെ നാടകങ്ങളും കേരള

ത്തിലെ ജന്മി-നാടുവാഴി വ്യവസ്ഥ മാറ്റിമറിക്കുന്നതിൽ വലിയ പങ്കു വഹിച്ചിട്ടുണ്ട്.

'മെഹർ' എന്ന മുക്ക് കോയത്തങ്ങൾ

ശുദ്ധമലയാളത്തിൽ സുന്ദരമായ പാട്ടുകൾ രചിച്ച ഒരു യുവകവിയായിരുന്നു തങ്ങൾ. പാലക്കാട്, ലക്കിടി എന്ന സ്ഥലത്തായിരുന്നു അദ്ദേഹം ജീവിച്ചത്. ഒരു നല്ല സോഷ്യലിസ്റ്റുകാരനായിരുന്ന അദ്ദേഹം ജീവിതത്തിലെ പരുക്കൻ യാഥാർത്ഥ്യങ്ങളെ സംഗീതമാക്കി ലളിതമായ ഭാഷയിൽ മനോഹരമായ ഈണത്തിൽ കൈരളിക്ക് സമർപ്പിച്ചു. മാപ്പിളപ്പാട്ടിന്റെ തനിമയോടെ അദ്ദേഹം ഭാഷാകൃതികൾക്കൊപ്പം മാപ്പിളപ്പാട്ടുകൾ ആവിഷ്കരിച്ചു. 'മെഹർ' അദ്ദേഹത്തിന്റെ തൂലികാനാമം ആയിരുന്നു.

അദ്ദേഹത്തിന്റെ പ്രധാന കൃതികൾ *ആമിനക്കുട്ടി, നെടുവീർപ്പുകൾ, തെരുവിന്റെ ചിന്ത, അബലയുടെ ആവലാതി* എന്നിവയാണ്.

ആമിനക്കുട്ടിയിലെ തുടക്കം തന്നെ പ്രകൃതി വർണ്ണനയിലൂടെ ആരംഭിക്കുന്നു.

ഇശൽ: താമരപ്പൂങ്കാവനത്തിൽ

"പൂ നിലാവ് പുഞ്ചിരിച്ച് നില്ക്കുമൊരു രാവിൽ
പൂക്കളാകെയും വികാസമാർന്നു നില്ക്കും രാവിൽ
പൊൻനഭസ്സിൽ വെള്ളിനക്ഷത്രം വിരിഞ്ഞ രാവിൽ
പൊന്നുഷസ്സിൽ തങ്കരേഖവന്നുദിക്കും രാവിൽ."

ഈ പശ്ചാത്തലത്തിലാണ് ആമിനക്കുട്ടിയുടെ കദനകഥയ്ക്ക് കളമൊരുക്കുന്നത്. ആമിക്കുട്ടി ജന്മിയായ ചേക്കു മൂപ്പന്റെ പുന്നാരമകളാണ്. കുട്ടിക്കാലം മുതൽക്കുള്ള കളിക്കൂട്ടുകാരാണ് ഒരു കർഷകത്തൊഴിലാളിയുടെ മകനായ മമ്മാലി. കളിച്ചും ചിരിച്ചും ഇണങ്ങിയും പിണങ്ങിയും അവർ വളർന്നു. ചെറുപ്പത്തിലെ ബാലലീലകൾ.

ഇശൽ: അണവായി ദുഹുൽ

"കളിമണ്ണരിയാലെ ചോറൊന്നു വെയ്ക്കും
തളിരില പൊട്ടിച്ച് പപ്പടമാക്കും
കിളിമലർ പിച്ചിക്കഷണം നുറുക്കി
തെളിവെള്ളം കൊണ്ടൊരു കൂട്ടാനുണ്ടാക്കി."

നാട്ടിൻപുറത്തെ നാടൻ സംസ്കാരത്തിന്റെ പ്രതീകങ്ങളാണ് ആ കൊച്ചുകുട്ടികൾ. മഹാകവി കുമാരനാശാന്റെ *നളിനി* തന്റെ ബാലലീലകൾ അയവിറക്കുന്നത് മറ്റൊരു തരം.

"ഉച്ചയായ് തണലിലാഞ്ഞു പുസ്തകം
വെച്ചു മല്ലികയറുത്ത് നിന്നതും

മെച്ചമാർന്നു ചെറുമാല കെട്ടിയെൻ
കൊച്ചുവാർ മുടിയിലങ്ങണിഞ്ഞതും."

അവളുടെ ഹൃദയം തുറന്ന ഓർമ്മക്കുറിപ്പ് എത്ര മനോഹരം. രണ്ടു ശ്ലോകങ്ങളിലെയും വാക്കുകൾ വായനക്കാരന്റെ ഹൃദയത്തിൽ ഒരു മധുരമായ വേദന ഉളവാക്കുന്നു. എന്റെ സുഹൃത്ത് പുല്ലങ്കോട്, ചുരപിലാൻ മമ്മത് എഴുതിയ ഒരു നാടൻ മാപ്പിളപ്പാട്ടിൽ ഇതേ രംഗം കാണുക.

ഇശൽ: മലർക്കയ്യാൽ

"കൊഞ്ഞനം കാട്ടിക്കളിച്ചു
നുള്ളിയെന്നെ വേദനിച്ചു
കയ്യിലുള്ളെ കുപ്പിവളകൾ തല്ലിയുടച്ച്
നേരം പോക്ക് കാട്ടാൻ വേണ്ടിയെന്നെ മാടി വിളിച്ചു."

പട്ടണത്തിന്റെ പച്ചപ്പരിഷ്കാരങ്ങൾ കാണാത്ത നാട്ടിൻപുറത്തെ കൊച്ചുമകളുടെ വികാരാവിഷ്കരണമാണ് ഇതിലെല്ലാം തെളിഞ്ഞു കാണുന്നത്. *ആമിനക്കുട്ടി*യിലേക്കു മടങ്ങാം.

കളിക്കൂട്ടുകാരനുമായുള്ള സ്നേഹബന്ധത്തിന് തടസ്സം വന്നപ്പോൾ ആമിനക്കുട്ടിയുടെ നിർമ്മലമായ ഹൃദയം പൊട്ടിത്തെറിക്കുന്നു. അവൾ തറപ്പിച്ചു പറഞ്ഞു.

ഇശൽ: മണത്തമാരാൻ

"നടക്കുകയില്ലാ ഒരിക്കലും ഞാൻ
ശറത്ത് തെറ്റി ഇഹത്തിൽ
കടക്കുകയില്ലാ ഒരുത്തരുമീ
കരിയും കരളകത്തിൽ"

ഇതെ ആശയവും ശൈലിയും തിളക്കമാർന്ന രീതിയിൽ ഹുസ്നുൽ ജമാലിനെക്കൊണ്ട് മോയിൻകുട്ടി വൈദ്യർ പറയിക്കുന്നു.

"ഒരുമിത്തുരള്ളെശറത്തതെല്ലാം
ഒരു നാളിലും തെറ്റി നടപ്പോളല്ല
നടപ്പാൻ ഒരുത്തന്റെ തഖത്തും ബാഷ്ക്കാ
നാടും അമർകളും മുതൽകൾ ഒക്കാ
എടുപ്പാൻ മഹാറാക്കി തരുമെങ്കിലും
എൻ മാറു ഉമക്കൊയ്യെവരാ, ഖബൂലും."

ഹൃദയവികാരങ്ങളെ ഭാഷയിൽ മുത്തുമണികളാക്കുന്ന കരവിരുത് മേൽ വരികൾ പാടുമ്പോൾ അനുഭവപ്പെടുന്നു.

മെഹറിന്റെ *നെടുവീർപ്പുകൾ* പ്രണയത്തിന്റെ ദീർഘനിശ്വാസമാണ്. നിരാശനായ കാമുകന്റെ ഹൃദയം തകർന്ന വിലാപം. ശോകാത്മകമായി അവൻ പാടുന്നു.

ഇശൽ: താമരപ്പൂങ്കാവനത്തിൽ

"എന്തിനോ നാം കണ്ടുമുട്ടി രണ്ടുപേരും തമ്മിൽ
ചിന്തകളുടലെടുത്തന്നുമുതൽക്ക് നമ്മിൽ
മിഥ്യയാണൊഹൃത്തടങ്ങൾ തമ്മിലൊന്ന് ചേരൽ
വ്യർത്ഥമാണൊ ചിന്തകൾ ദർശിച്ച പൊൻകിനാക്കൾ"

ചിലപ്പോൾ തികച്ചും അപ്രതീക്ഷിതവും ആകസ്മികവുമായ രംഗങ്ങളിൽനിന്ന് അറിയാതെ പ്രേമവികാരം നാമ്പെടുക്കും. ആ രംഗം ഉണ്ടായിരുന്നില്ലെങ്കിൽ ഈ നിരാശ വരുമായിരുന്നില്ല എന്നതാണ് ദീർഘനിശ്വാസം.

പിന്നെ കാമുകൻ ഹൃദയം പൊട്ടിക്കൊണ്ടു തന്നിൽനിന്ന് അകന്ന് പോകരുതെന്നു കാമുകിയോട് യാചിക്കുന്നു. കൂടെ ഒരു ഭീഷണിയും. കാലം കഴിയുമ്പോൾ തന്റെ പ്രൗഢിയെല്ലാം നഷ്ടമാകും.

ഇശൽ: അപ്പോൾ ഹുസുനുൽ ജമാൽ തൻ തടിക്ക

"പൂവ്വിൻമധു ഞാൻ നുകരുന്ന മുമ്പെ
പോകല്ലെ നീ യെന്റെ പ്രേമത്തിടമ്പെ
കാലങ്ങളോരൊന്ന് പിന്നിട്ട് തീരും
ലോലെനിന്നോമന മേനി തകരും."

മധു നുകരുന്നതിന്റെ മുമ്പ് പൂവേ നീ പൊട്ടിവീഴരുത് എന്നു വണ്ടു പ്രാർത്ഥിക്കുന്നു. മധുവും പ്രൗഢിയും എന്നും നിലനില്ക്കുകയില്ലെന്നു ഓർമ്മപ്പെടുത്തുന്നു.

മെഹറിന്റെ പാവങ്ങളോടുള്ള പക്ഷപാതിത്വം *തെരുവിന്റെ ചിന്ത* എന്ന സമാഹാരത്തിൽ ഉടനീളം കാണാം. സാമ്പത്തിക അസമത്വം ഉളവാക്കുന്ന പട്ടിണിയും അവഗണനയും എന്ത് മാത്രമാണെന്ന് അദ്ദേഹത്തിന്റെ കവിതകളിൽ പല സ്ഥലത്തും കോറിയിട്ടതായി കാണാം. ഇതിലെ "ആവലാതി" എന്ന തലക്കെട്ടിൽ ഉള്ള തന്റെ പാട്ട്, രോഗം ബാധിച്ചു കിടക്കുന്ന വൃദ്ധമാതാവിനെ പരിപാലിക്കാൻ കഴിയാത്ത മകളുടെ വേദനയാണ്.

ഇശൽ: മരരെന്നബി ആയിശ...

"കഷ്ടമെന്നെപ്പെറ്റയുമ്മയ്ക്കൊറ്റനേരം - കഞ്ഞി
യൂട്ടുവാൻ ഗതിയെനിക്കില്ലെന്ത് കാലം
പട്ടിണിയിൽ ഞങ്ങളെയീദുഷ്ടലോകം - ഇട്ട്
പട്ടട കൂട്ടുകയാണോ? എന്ത് ലോകം."

ഈ ദുഷ്ടലോകത്ത് പട്ടിണിയും കഷ്ടപ്പാടുമാണ് നമ്മുടെ ഗതി, ഉമ്മയ്ക്ക് ഒരുനേരം കഞ്ഞി കൊടുക്കുവാൻ കഴിയുന്നില്ലല്ലോ എന്നതാണ് സങ്കടം.

അടുത്ത ശ്വാസത്തിൽ തന്നെ അദ്ദേഹം വേറെ ഒരിടത്ത് തന്റെ മനസ്സിലെ പ്രതികാര തീക്കനൽ ആളിക്കത്തുന്നത് പ്രകടിപ്പിക്കുന്നുണ്ട്.

ഇശൽ: സഹ ബാറടങ്കലിൽ...

“മർദ്ദിത ലോകമെനിൻ കരവാളൊരു
മിച്ചൊന്നുയരട്ടെ - നിരന്ന്
മർദ്ദകന്മാരുൾക്കടില ത്താൽ വന്നങ്ങ്
കൈകൂപ്പി നില്ക്കട്ടെ!”

നിരാശയിൽനിന്ന്, ഭാവിയെക്കുറിച്ചുള്ള പ്രതീക്ഷമർദ്ദിതരുടെ സംഘടിത ശക്തിയിൽ നിന്നുണ്ടാവണം എന്ന് അദ്ദേഹം കാണുന്നു. ഇതേ ആശയം തന്നെയാണ് മഹാകവി ചങ്ങമ്പുഴയും *വാഴക്കുല* എന്ന കവിതയിൽ നല്കുന്നത്.

“ഇതിനൊക്കെ പ്രതികാരം ചെയ്യാതടങ്ങുമോ
പതിതരെ നിങ്ങൾ തൻ പിൻമുറുക്കാർ.”

പുലയർ നട്ടു നനച്ചുണ്ടാക്കിയ വാഴക്കുല നിർദ്ദാക്ഷിണ്യം വെട്ടിക്കൊണ്ടു പോകുന്ന ജന്മിയോടു ഒരുകാലത്ത് പ്രതികാരം ചെയ്യും എന്നർത്ഥം.

ടി ഉബൈദ്

മാപ്പിളപ്പാട്ടിന്റെ ഇശലുകളുടെ തിളങ്ങുന്ന ഭംഗി പുറംലോകത്തിന് പരിചയപ്പെടുത്തിയ കവിയായിരുന്നു കാസർകോട്ടുകാരനായ ഉബൈദ്. പക്ഷിപ്പാട്ടിന്റെ നാട്ടിൽ നിന്നും ഉയർന്നു വന്ന ആ ഗാനകോകിലം കേരള ജനതയ്ക്ക് ശുദ്ധ മലയാളത്തിൽ മാപ്പിളപ്പാട്ടുകൾ പരിചയപ്പെടുത്തി. അദ്ദേഹത്തിന്റെ കവിതാസമാഹാരത്തിൽനിന്നും മനോഹരമായ “കേരളഗാനം” കേൾക്കുന്നത് സന്തോഷകരമാണ്.

ഇശൽ: തടകിമണത്തെ

“അതുലിത സൗഭാഗ്യത്തികവാൽ നൽ
പുകളൊളിപൂരം തൂകി വിളങ്ങും
അനിതരസൽ ഗുണശാലിനിമാമക
കേരളറാണി - ജയ ജയജനനീ
അഭിനവഭാരത ഭൂഷണമാകിന
സുമധുരവാണി...
കുതുകമൊടെന്നും വാരിധി വീചികൾ
തഴുകി വരുന്ന നിൻ കഴലിണയെ
കുലഗിരി സഹ്യൻ കാവല്നില്പു
തടവഭടനായി മധു കുടമേന്തി
കൊടികളുയർത്തും കേരതരുക്കൾ
നിരനിരയായി.”

മാപ്പിളപ്പാട്ടിന്റെ മലയാളീകരണത്തിൽ അഗ്രഗണ്യനായിരുന്നു ഉബൈദ്. കേരളത്തിന്റെ സുന്ദരമായ ഭൂപ്രകൃതിയിലും വിഭവസമാഹ

രണശേഷിയിലും അഭിമാനംകൊള്ളുന്ന കവി, സൽഗുണശാലിനിയായ ഒരു റാണിയായാണ് കേരളത്തെ വിശേഷിപ്പിക്കുന്നത്. മാപ്പിളപ്പാട്ടിന്റെ ഇശൽഭംഗിയും പ്രാസപ്രധാനമായ ശബ്ദസൗന്ദര്യവും ഒത്തിണങ്ങിയ ഈരടികൾക്ക് എന്തൊരു ഗാനാത്മകത!

കേരളത്തിന്റെ മഹിമ, മഹാകവി വള്ളത്തോൾ പറയുന്നത് ഇതിലേറെ മനോഹരമാണ്.

"പച്ചയാം വിരിപ്പിട്ട സഹ്യനിൽ തല വെച്ചും
സ്വച്ഛാബ്ധിമണൽത്തിട്ടാം പദോപധാനം പൂണ്ടും
പള്ളികൊണ്ടീടുന്ന നിൻപാർശ്വയുഗ്മത്തെക്കാത്തു
കൊള്ളുന്നു കുമാരിയും ഗോകർണ്ണേശനുമമ്മേ
ആഴി വീചികളനുവേലം വെൺനുരകളാൽ
തോഴികൾപോലെ തവ ചാരുതൃപ്പാദങ്ങളിൽ
തൂവെള്ളിച്ചിലമ്പുകൾ ഇടുവിക്കുന്നു, തൃപ്തി
കൈവരാഞ്ഞഴിക്കുന്നു. പിന്നെയും തുടരുന്നു."

എത്ര സുന്ദരമായ അവതരണം

അടുത്ത പാട്ടിൽ, ലോകം മുഴുനും പ്രശസ്തി പൊങ്ങി ജയിച്ചു വിളങ്ങുന്ന കേരളം അദ്ദേഹം സ്വപ്നം കാണുന്നു.

ഇശാൽ: മുഹിബ്ബുനൂർ

"ജയിച്ചിടുന്നത് മാമക ജനനി!
ജയിച്ചിടുന്നത് കേരള ധരണി!
ജഗത്തിലൊക്കവെ പെരുത്തതുവൊളി
പരത്തിടും സുമണി - ഉലകിലെ-
ജനതതിയനുദിനമനവധിവിനുതകൾ
പൊഴിച്ചിട്ടും രമണി...
മയ്ക്കി വാഴ്‌വു പണ്ട് മുതല്ക്കെ
മഹിതലത്തെ സ്സുഭഗതയാൽ നീ
മതങ്ങളനവധി ഭവത്സവിധമതി-
ലിണങ്ങി വാഴുകയായ് - അകലുഷ-
മമതയൊടിത, തവവരുതിയിൽ സമതയൊ
ടൊതുങ്ങി മേവുകയായ്..."

കേരളം വിവിധ മതങ്ങളുടെയും സംസ്കാരങ്ങളുടെയും സമ്മോഹനമായ സൗഹൃദത്തിന് പ്രശസ്തിയുള്ള നാടാണ്. ആ ഐക്യവും ബന്ധവും സുദൃഢമാക്കുന്നതിനാലാണ് അദ്ദേഹം കേരളത്തിന്റെ വിജയം ഘോഷിക്കുന്നത്.

തുടർന്നുള്ള പാട്ടിൽ ഉബൈദ് കേരളത്തിന് അഭിവാദ്യം അർപ്പിക്കുന്നു.

ഇശൽ: കൊമ്പ്

"അഭിവാദ്യം! അനർഘസൽഗുണങ്ങൾ തൻവിളഭുവെ
അനന്യമാം സമാശ്വസത്തെളിനിലാവെ - നാട്ടിൻ
അഭിമാന ജയസ്തംഭം മഹാജേതാവെ
പ്രഭാപൂരം പൊഴിക്കും ജീവിതം പെറ്റെ മഹാത്മാവെ,
പ്രബുദ്ധ കേരളമതിന്നുയിർക്കു ജീവെ - ഭൂരി-
പ്രശസ്ത സജ്ജനങ്ങളിൽ പനീർപ്പൂവെ

അദ്ദേഹത്തിന്റെ കവിതാ സമാഹാരങ്ങൾ പ്രസിദ്ധീകൃതമായതിനാൽ ഞാൻ പൂർണ്ണമായും ഉദ്ധരിക്കുന്നില്ല. പക്ഷേ, എന്തൊരു മധുരമായ ഭാഷ, ഹൃദയാവർജ്ജകമായ ഈണം, ആകർഷണീയമായ പദവിന്യാസം, അനുവാചകരെ മനം കുളിർപ്പിക്കുന്നു.

ഉബൈദിന്റെ പാട്ടുകളെ പറ്റിയുള്ള വിവരണം തന്റെ 'ചിന്താവിഹാര'ത്തോടു കൂടി അവസാനിപ്പിക്കാം.

ഇശൽ: താമരപ്പൂങ്കാവനത്തിൽ

"മാമകായുസ്സിൽ ദ്രുമത്തിൻ പത്രമോരോന്നായി
മന്നിതിൽ കൊഴിഞ്ഞുവീണ് മണ്ണടിഞ്ഞ് പോയി
മാമഴുവേന്തി, പെട്ടെന്നോടി വന്നിങ്ങെത്തും
മൃത്യു ഞാനോർക്കാപ്പുറം മരം മുറിച്ചു വീഴ്ത്തും."

നമ്മുടെ ജീവിതത്തിന്റെ ഓരോ അദ്ധ്യായങ്ങളും ഈ ഭൂമിയിൽ കൊഴിഞ്ഞുവീണ് ഞെരിഞ്ഞടങ്ങുന്നു. നാം അറിയാതെ മരണം എന്ന വെണ്മഴു പെട്ടെന്നു വന്നു ജീവിതമാകുന്ന ആൽമരം വെട്ടിവീഴ്ത്തുന്നു. കവിതയിലെ ദാർശനികചിന്ത തന്റെ ഹൃദയവികാരത്തിലൂടെ വരച്ചു കാണിക്കുന്നു പി ഭാസ്കരനും ഗോവിന്ദൻനായരും. പി ഭാസ്കരന്റെ ഒരു കേരള ഗാനം ചെറുപ്പത്തിൽ പഠിച്ചത് ഞാൻ ഓർക്കുന്നു.

"മഞ്ഞണിഞ്ഞ മാമലകൾ തിങ്ങിടുന്ന നാട്ടില്
പൊന്നണിഞ്ഞ വയലുകൾ നിറഞ്ഞിടും മലനാട്ടില്."

ഈ രീതിയിൽ വളരെ മുമ്പു തന്നെ ശ്രീ. കമ്പളത്ത് ഗോവിന്ദൻ നായർ രചിച്ച ഒരു മാപ്പിളപ്പാട്ട് വളരെ ആവേശകരവും കൗതുകകരവുമാണ്.

1921-ലെ മലബാർ ഖിലാഫത്ത് സമരത്തെ അടിച്ചൊതുക്കുകയും നിരവധി സമരക്കാരെ വെടിവെച്ചു കൊല്ലുകയും ചെയ്ത ഒരു ജില്ലാ പൊലീസ് അധികാരിയായിരുന്നു "ഹിച്ച് ഹോക്ക്" സായ്പ്. അദ്ദേഹത്തെ അവസാനം ലഹളക്കാർ കൊലപ്പെടുത്തുകയാണുണ്ടായത്. ബ്രിട്ടീഷ് ഗവൺമെന്റ് അദ്ദേഹത്തിന് "മോങ്ങം" ജംഗ്ഷനിൽ ഒരു സ്മാരകം നിർമ്മിച്ചിരുന്നു.

ആ സ്മാരകം പൊളിച്ച് നീക്കണം എന്ന ആവശ്യം ഉന്നയിച്ചു കൊണ്ടു 1944 ൽ സ്വാതന്ത്ര്യസമരസേനാനികൾ കൊണ്ടോട്ടി പുളിക്കൽ എന്ന സ്ഥലത്തുനിന്നും മോങ്ങത്തേക്ക് ഒരു പ്രകടനം നടത്തി. ആ

മാർച്ചിന്റെ മുമ്പിൽ കുമ്പളത്ത് ഗോവിന്ദൻ നായർ എന്ന സമര സേനാനി രചിച്ചു പാടിക്കൊടുത്ത പാട്ടാണ് താഴെ പറയുന്നത്.

"അന്നിരുപത്തൊന്നിൽ നമ്മള് ഇമ്മലയാളത്തില്
ഒന്നു ചേർന്നു വെള്ളയോടെതിർത്ത് നല്ലെമട്ടില്
ഏറനാട്ടിൽ ധീരമക്കൾ ചോര ചിന്തിയ നാടിതിൽ
ചീറിടും പീരങ്കികൾക്ക് മാറ് കാട്ടിയ നാടിതിൽ
വാരിയംകുന്നത്ത് വീരകുഞ്ഞഹമ്മതാജിയും
വാശിമുത്തെ മൂപ്പരുടെ കൂടെ കൂട്ടമായിട്ടും."

അങ്ങനെ ബ്രിട്ടീഷ് സാമ്രാജ്യത്തിന്റെ ഭരണകൂടത്തെ പത്തു മാസത്തേക്ക് ഏറനാട്, വള്ളുവനാട് ദേശങ്ങളിൽ ഇല്ലാതാക്കിയ ധീരന്മാർ, ആ ഏറ്റുമുട്ടലിനു കാരണം എന്തായിരുന്നു എന്നു ഗോവിന്ദൻനായർ പറയുന്നത് കാണുക.

"നമ്മളുണ്ടാക്കുന്ന നെല്ല് ജന്മിമാരെ തീറ്റുവാൻ
സമ്മതിക്കില്ലെന്നതാണ് ഹേതു ഏറ്റ് മുട്ടുവാൻ
നമ്മളുടെ കാശ് വാങ്ങി ഇംഗ്ലണ്ടിലേക്കയയ്ക്കുവാൻ
സമ്മതിക്കില്ലെന്നതാണ ഹേതു ഏറ്റ് മുട്ടുവാൻ"

പാട്ടിന്റെ അവസാനം ദേശാഭിമാനപ്രചോദിതമാണ്. പ്രതികാരാഗ്നി ആളിക്കത്തുന്ന ഹൃദയത്തോടെ വികാരഭരിതനായി അദ്ദേഹം പാടുന്നു, ആ സ്മാരകം?

"നമ്മുടെ നെഞ്ചിലാണാക്കല്ല് കേറ്റി വെച്ചത്.
നമ്മുടെ കൂട്ടരെയാണാ സുബറ് കൊന്നത്."

ഏതാണ് ആ കല്ല്? കവി പറയുന്നു:

"മഞ്ചേരിനിന്നഞ്ചാറ് മൈൽ ദൂരവേ മോങ്ങത്തില്
സഞ്ചരിക്കുന്നോർക്ക് കാണാറാകുമാനിരത്തില്
ചത്ത് പോയെ ഹിച്ച് കോക്ക് സാഹിബിന്റെ സ്മാരകം
ചാത്തനെ കുടിവെച്ചപോലെ ആ ബലാലിൻ സ്മാരകം."

ഹിച്ച് കോക്ക് സായ്പ് ചെയ്ത ആക്രമങ്ങൾ വിശദീകരിച്ചു പാടിക്കൊണ്ടാണ് ആ സമരഭടന്മാർ ജാഥ പോകുന്നത്. കമ്പളത്ത് തുടർന്നു.

"ഞങ്ങളെത്തര ബാപ്പമാരെ കേറ്റി അന്നുതൂക്കിന്
ഞമ്മളുമ്മാ, പെങ്ങന്മാരെ കാട്ടിയെ ഹക്കാലിന്
ഉപ്പാപ്പമാരെ താടിനുള്ളി സൂചി കേറ്റി കാലില്
അപ്പുറം കടല്ക്ക് കൊണ്ടൊയാക്കി അന്തമാനില്."

തൊള്ളായിരത്തി ഇരുപത്തൊന്നിലെ സമരം സ്വാതന്ത്ര്യസമരത്തിന്റെ ഭാഗമായിരുന്നു എന്നതിന് ഇതിൽപ്പരം തെളിവിന്റെ ആവശ്യമില്ല. എന്നാൽ ഏത് സദുദ്യമത്തിന്നിടയിലും ചില വ്യതിയാനങ്ങളും അത്

കാരണം ഉണ്ടാകുന്ന അനിഷ്ടസംഭവങ്ങളും ഇതിലും ഉണ്ടായി എന്നത് മറിക്കുന്നില്ല. പാട്ടിന്റെ അവസാനം ദേശാഭിമാനം തുളുമ്പുന്ന രാജ്യസ്നേഹത്തിന്റെ താക്കീതാണ്.

"രാജ്യസ്നേഹം വീറ് കൊണ്ടേ, ധീരരുണ്ടീ നാട്ടില്
രക്ഷ വേണങ്കില് മണ്ടിക്കോട്ടവർ ഇംഗ്ലണ്ടില്."

തോക്കും പീരങ്കിയുമായി പട്ടാളം സ്മാരകത്തെ രക്ഷിക്കാൻ നിരന്നു നില്ക്കുന്നു. അവരുടെ മുമ്പിലേക്കാണ് നിരായുധരായ സമരസേനാനികൾ മാർച്ചിങ് സോങ് പാടിയും മുദ്രാവാക്യം മുഴക്കിയും നീങ്ങുന്നത്. എന്നാൽ ചില ദേശീയ നേതാക്കളുടെ സന്ദർഭോചിതമായ ഇടപെടൽ കാരണം അനിഷ്ടസംഭവങ്ങൾ ഒഴിവായി.

അലിഫ് പാട്ട്

ഇനി വളരെ പുരാതനമായ ഒരു പ്രാർത്ഥനാ ഗാനം ഉദ്ധരിക്കാം. മനോഹരമായ ഈണത്തിൽ ഈ ഭക്തിഗാനം പാടിക്കൊണ്ടു സ്ത്രീകൾ കുട്ടികളെ തൊട്ടിലിൽ കിടത്തി പാടി ഉറക്കുന്നത് പതിവായിരുന്നു. ആർദ്ര ഭാവമാണ് ഇതിന്റെ പ്രത്യേകത. വളരെ പഴയതായതുകൊണ്ട്, അറബി മലയാള സങ്കരഭാഷ തന്നെയാണ് ഇതിലെ ശൈലി.

ഇശൽ തട്ടതിൽ പണിപെട്ടെ

"ആലിഫ് ലാം ഹാ മീമ് ദാലതിൽ പൊരുൾ ബകനാലതും
ആകെ ആലം ആമൈത്തെ വാനിന്നിൽ ആകുമെയ്യാബ്ബനാ
ബദറുശംസതിലും തെളിന്തെ മുഹമ്മദാൽ അസ്ഹാബിമേൽ
ബന്നമായെ സലാത്ത് നല്ലെ സലാമരുൾയാറബ്ബനാ
തക്കമന്നവനെ നിന്നോടടിയൻ പിഴച്ച ദുനുബുകൾ
താശിയായ് പൊറുത്തേറ്റമെ റഹ്മത്തരുൾയാ റബ്ബനാ
ഥവാബ് ചേർന്നിടും "നാല് അമൽ" ചെയ്യാത്തെ ദോശി
ഞാനെങ്കിലൊ
ഥാബിത്തായു ഉള്ളനേർ തരീഖിൽ ആക്കണം യാ റബ്ബനാ"

ഈ ഈരടികൾക്ക് കേവലം ഒരു പ്രാർത്ഥന എന്നതിനപ്പുറം ചില മേന്മകളും പ്രത്യേകതകളും ഉണ്ട്. ആദ്യകാല മാപ്പിളകവികളുടെ കരവിരുത് ഉള്ളടക്കത്തിൽ മാത്രമല്ല ബാഹ്യമായ ഭാഷാസൗന്ദര്യത്തിലും കാണാം. അറബി അക്ഷരമാലാ ക്രമത്തിലാണ് ഇതിലെ പ്രാസപ്രയോഗം. അലിഫ് മുതൽ 'യ' വരെയുള്ള അക്ഷരക്രമം പാലിച്ചാണ് ഈ പാട്ടു പൂർണ്ണമായും എഴുതപ്പെട്ടത്. അലിഫ്, ബാ, ത, ഥ എന്നീ അക്ഷരക്രമം പാലിച്ചത് വരികൾ സൂക്ഷ്മമായി നോക്കുമ്പോൾ മനസ്സിലാകും.

ഇസ്ലാമിന്റെ ഭക്തിപ്രസ്ഥാനത്തിന്റെ സ്വാധീനം ഈ കൃതിയിൽ ഉടനീളം കാണാം. അലിഫ്, ലാമ്, മീമ്, ദാൽ എന്നീ അക്ഷരങ്ങളുടെ പൊരുളിൽ പ്രപഞ്ചരഹസ്യങ്ങൾ മുഴുവനും ഒളിപ്പിച്ച രക്ഷിതാവേ എന്നാണ്

പ്രാർത്ഥനയുടെ തുടക്കം. സൂര്യ-ചന്ദ്രാദികളെക്കാൾ തിളങ്ങി, വിളങ്ങി നില്ക്കുന്ന പ്രവാചകനിലും അനുചരന്മാരിലും രക്ഷ നല്കണമേ! ഞാൻ ചെയ്ത തെറ്റുകൾക്ക് മാപ്പ് നല്കി അനുഗ്രഹിക്കേണമേ!

അനുഗ്രഹങ്ങൾ ഉൾക്കൊള്ളുന്ന നാല് സൽക്കർമ്മങ്ങൾ (പ്രാർത്ഥന, നോമ്പ്, ഹജ്ജ്, സക്കാത്ത്) ഞാൻ ചെയ്യാൻ വീഴ്ച വരുത്തിയിട്ടുണ്ടെങ്കിൽ മാപ്പാക്കി എന്നെ നേർമാർഗ്ഗത്തിൽ ആക്കണമെ എന്ന പ്രാർത്ഥനയോടെ ഈ പാട്ടും കൃതിയും അവസാനിപ്പിക്കുന്നു.

9 789385 018466

Printed by Libri Plureos GmbH in Hamburg,
Germany